मंथन

D9900262

बाबा पाटील

notionpress.com
INDIA • SINGAPORE • MALAYSIA

ISBN 979-8-88959-694-3

मनोगत

"मंथन" हा माझा पहिला वहिला काव्यसंग्रह प्रकाशित होत आहे.तो तुमच्या हाती देतांना मला एका भयमिश्रित आनंदाची अनुभूती होत आहे.ज्या गोष्टीसाठी मी गेल्या कित्येक दिवसा पासून प्रयत्नरत होतो तो दिवस आज उजाडला यामूळे मला आनंद होणे स्वाभाविकच आहे. पण भय यास्तव वाटते आहे की तो काव्यसंग्रह तुमच्या पसंतीला उतरतो की नाही, काव्याच्या कसोटीवर खरा ठरतो की नाही याच.यात विषेश हे की वयाची साठी उलटल्या नंतर तो प्रकाशित होत आहे हे महत्वाच. म्हणतात ना की कुणालाही वेळेच्या आधी आणि ठरल्या पेक्षा जास्त कधीच मिळत नाही अगदी तस. पण केव्हाका होईना तो प्रकाशित होत आहे हे महत्वाच, आणि त्याचाच मला आनंद होत आहे.

कोणत्याही वस्तू, व्यक्ती किंवा आणखी काहीही असो त्याच एक नाव असते, त्याला एक शीर्षक असते आणि ते सुध्दा समर्पक अस.त्या नावात त्या वस्तू विषेशच प्रतिबिंब दिसायला हव.नावा वरूनच त्या वस्तू विषेशच स्वरूप आपल्याला कळत असते.तिच्यात काय काय

समाविष्ट आहे याचा अंदाज बांधता येतो.पण ते नाव मात्र समर्पक असायला हव.माझ्या या काव्यसंग्रहाच नाव मी प्रथम "तगमग" ठेवल होत.कारण ती माझी तगमगच होती.पण या काव्य लेखणाच्या वाटेवर माझी जसजसी वाटचाल होऊ लागली, एक एक कविता प्रस्फुटित होऊ लागली तसतसी माझी तगमग कमी कमी होऊ लागली, कविता लिहिण्याची माझी वैचारिक पातळी उत्तुंग भरारी घेऊ लागली.जणू काही माझ वैचारिक मंथनच होत होत आणि मनात साचलेल्या गरळाचा निचरा होत होता. माझ्या मन रूपी समुद्रात बुध्दी रूपी मथनी मंथन करत होती आणि माझी तगमग जी गरळ रूपाने मनात साचलेली होती आणि जहाल हलाहलाचे रूप घेत होती तिचा निचरा होत होता.

मनात अकस्मात देवासुर समुद्र मंथनाचे दृष्य तरळून गेले.देवासुरांनी केलेल्या त्या मंथनात सुध्दा प्रथम कालकूट नावाच जहाल हलाहलच निघाल होत जे महादेवांनी प्राशाण करून आपल्या कंठात धारण केल होत.कंठातच का? प्राशाण केल तर ते पोटात का जाऊ दिल नाही? या प्रश्नाच्या उत्तराच्या शोधात बुध्दीरूपी मथनीने मंथन करायला सुरूवात केली.आणि त्यातून जो विचार मनात डोकावला त्याने मन आणि शरीर रोमांचित होऊन गेल.माणूस जे काही खातो ते पोटात जाते आणि तेथे त्याच पाचन होते.पाचन झालेल सर्व शरीरात भिनते.खाल्लेल पौष्टिक असेल तर शरीर बलवान बनते आणि विषारी असेल तर शरीर विषाक्त

बनते, शरीरा सोबतच त्या अन्नाचा मनावर सुध्दा प्रभाव पडतो.ते म्हणतातना “जैसा खावे अन्न वैसा होवे मन” अगदी तस.या तत्वानुसार जर महादेवांनी मंथनातून निघालेले हलाहल प्राशाण करून पोटात जाऊ दिले असते तर त्याचे पाचन होऊन ते संपूर्ण शरीरात भिनले असते आणि त्याचा प्रभाव शरीरासह मनावर सुध्दा झाला असता आणि शरीर आणि मन विषाक्त झाले असते.म्हणून त्यांनी ते कंठात धारण केले.आणि कंठात ते पचण्याचा प्रश्नच उद्भवत नाही.पण मग ते कंठात धारण केल्यामुळे कंठ विषाक्त झाला असेल का?नाही!

कंठ हा वाणीचे उद्‌गम स्थान आहे आणि वाणी जितकी मधुर असते तितकीच किंबहुना त्या पेक्षा जास्त म्हटले तरी चालेल ती विखारी असते.अगदी त्या मंथनातून निघालेल्या हलाहल विषा पेक्षा जास्त.विज्ञानाचा एक सिध्दांत आहे जेव्हा दोन तुल्यबळ वस्तूचा सयोग होतो तेव्हा त्यांच बळ प्रभावहीन होत किंवा ते आपल स्वरूप बदलते.या तत्वानुसार जेव्हा जहाल हलाहल आणि विखारी वाणी एकत्र येतात, आणि त्यांचा संयोग होतो तेव्हा ते नष्ट होतात किंवा आपले स्वरूप बदलतात. आणि तेथे प्रगट होते निसर्गदत्त माधुर्य.आणि हेच माधुर्य जीवनाला एक नवा अर्थ प्राप्त करून देते.अर्थात हे माझे वैय्यक्तिक मत आहे.

माझ अगदी तसच झाल समाजा कडून, आप्ता कडून जे अपमानाच विष मला मिळाल होत ते माझ्या शरीरासह

मनात पूर्णपणे भीनूण गेल होत आणि या काव्य लेखनाच्या वाटचालीत विचार मंथनातून बाहेर पडत होत आणि मन कस साफ स्वच्छ झाल होत.माझ्या या साफ झालेल्या मनात एकच शीर्षक घोळू लागल होत आणि ते म्हणजे “मंथन” आणि मग मी माझ्या या काव्यसंग्रहाच नाव “मंथन” हेच ठरवल, कारण तेच मला समर्पक वाटल होत.

माणूस जीवन जगतांना अनेक गोडकटू अनुभवांचा प्रत्यय घेत असतो आणि त्यांचा आपल्या मनात संचय करत असतो, कालांतराने त्या सर्वांच एक भलमोठ गाठोड तयार होते आणि मानव त्या गाठोडयाला आपल्या बोकांडी ठेवून जीवन जगत असतो.त्यातून निघण्याचा प्रयत्न सुध्दा करत नाही.किंबहूना इच्छा असून सुध्दा तो त्यांना दूर सारू शकत नाही, आयुष्यभर त्या दु:खांना गोंजारत बसतो आणि त्यांचच रडगाण गात असतो.त्याची अवस्था त्या हत्ती सारखी असते जो एका बारीकश्या साखळदंडाने बांधलेला असतो पण त्या साखळदंडाला तोडण्याचा प्रयत्नच करत नाही.हा हत्ती लहानपणी खूपच खटयाळ आणि मस्तीखोर होता. त्याला बांधण्यात येणारी साखळी तो एका झटक्यासरशी तोडून टाकत असे. त्याच्या खटयाळपणाला आळा घालण्यासाठी मालकाने मग त्याला एका जाडजूड साखळदंडाने बांधले.हत्तीने आपल्या सवयीनुसार त्या साखळदंडाला तोडण्याचा प्रयत्न केला पण तो त्याला तोडण्यात यशस्वी झाला नाही.त्या साखळदंडा पुढे त्याची ताकत थिटी पडत

होती.त्याने पुढे कित्येक दिवस त्याला तोडण्याचा खूप प्रयत्न केला पण त्यात तो यशस्वी झाला नाही.आणि मग त्याने थकून भागून हार मानून तो प्रयत्न सोडून दिला.त्याच्या मनावर हे कायमचे कोरल्या गेल की हा साखळदंड आपल्या कडून काही केल्या तोडल्या जाणार नाही.मित्रांनो आपल सुध्दा असच काहीस होत अगदी बालपणा पासूनच आपल्या मनावर अश्याच नकारात्मक गोष्टींचा कळत नकळत भडिमार केल्या जातो आणि आपण त्याला बळी पडत असतो.अश्या नकारात्मक गोष्टी आपल्या अंत:रमनात खोलवर रूतून बसतात आणि आपल आयुष्यभर अतोनात नुकसान करतात.त्या नकारात्मक गोष्टींचा प्रभाव इतका जबरदस्त असतो की त्यातून बाहेर पडन अवघड होऊन बसत.एखादाच महाभाग त्यातून सावरतो आणि बाहेर पडतो.मी सुध्दा असाच या नकारात्मकतेला बळी पडलो होतो पण माझ्या सुदैवाने मला प्राप्त माझ्या निसर्गदत्त प्रतीभेमूळे त्यातून ब-यापैकी बाहेर पडलो.

लहान पणा पासूनच मला वाचनाचा छंद जडला होता. ईतका की एक वेळ जेवन नसल तरी चालेल पण वाचन अवश्यक वाटायच. त्यात अध्यात्मिक वाचन जास्त होत. त्यामूळे मनावर चांगल्या विचारांचा पगडा कळत नकळत होत चालला होता.आणि तो वय आणि काळानुरूप मनात घट्ट होत होता.वाचन जसजसे वाढत होते तसतसे बरे वाईट, आदर्श, नैतिकता, सिध्दांत यांचा सुध्दा मनावर खोल रोपण होत होते.बोलण्या चालण्यात वागण्यात

कळत नकळत त्यांचा वापर होत होता.आणि त्यांच मनात स्थान अगदी घट्ट होत होते.लहानपणी माझ्या या विचारांच कौतुक होत असे पण जसजसा मी मोठा होत होतो माझ्या या विचारांचा विरोध होऊ लागला होता. माझ्या विचारांची खिल्ली ऊडवल्या जाऊ लागली होती, तेव्हा माझ्या लक्ष्यात आले होते की आदर्श नैतिकता या फक्त कथा कादंब-या पूरत्या मर्यादित असतात आणि प्रत्यक्ष जीवनात त्यांचा काहीच उपयोग नसतो.अश्या अवस्थेत माझ्या मनात जी पहिली कविता उत्पन्न झाली ती “कफन” पण कवितेत लिहिल्या प्रमाणे मी माझ्या आदर्शाला कफन चढऊ शकलो नाही ना माझ्या नैतिकतेला खोलवर दफन करू शकलो.त्यांच्यासह जगन माझी मजबुरी बनली होती कारण माझी तशी जडन घडन झाली होती.पुढे असच माझ्या प्रतारणेसह आदर्श, नैतिकता आणि सिध्दांताची प्रतारणा पाहत जीवन जगन हा माझा अविभाज्य भाग बनला होता.आणि माझे मन एक प्रकारच्या नकारात्मकतेने भरून चालले होते.पण त्याच वेळेस होत होते माझे वैचारिक मंथन. या मंथनाने मला नकारात्मकतेतून बाहेर काढले.

नकारात्मकतेतून बाहेर पडण्याचा एक उत्तम उपाय म्हणजे वैचारिक मंथन जो माझ्या कडून कळत नकळत वापरल्या गेला.जसजसा माझा काव्य प्रवास पुढे सरकु लागला तसतस माझ्या मनात साचलेले गरळ कमी कमी होऊ लागल होत आणि माझ्या कवितांची प्रत सुधारू लागली होती. कविता लेखणाच्या वाटचालीतला

एक अनुभव येथे नमूद केल्या शिवाय हे मनोगत अपूर्ण राहील अस मला वाटत. म्हणून तो अनुभव येथे लिहित आहे.आपल्याच आप्तेष्टाकडून झालेल्या प्रतारणेने मन अगदी विषण्ण झाले होते, माझ्या चांगल्या वागणूकीचे मिळणारे विपरित फळ पाहून मी देवावरच चिडलो होतो, आणि तश्या अवस्थेत माझ्या मनात एक कविता आकार घेऊ लागली होती.

तुझ्या आज्ञे शिवाय देवा हालत नाही पत्ता.
सा-या चराचरावर चालत असते तुझीच सत्ता.
ग्रंथ आणि पुराणांचे हेच आहे वचन.
ऋषी, मुनी आणि पैगंबरांनी हेच केले कथन.
प्रत्येक घटनेचा देवा तूच कर्ता करविता.
युगानुयुगे गायली आहे तुझी अशीच महत्ता.
जर देवा पानालाही लागते तुझी अनुमती.
तर अन्यायीच्या अन्यायात असते का तुझी सहमती.
तुझ्याच सहमतीने देवा होत असतो का अत्याचार.
अनुमती घेऊन दुराचारी करतो का दुराचार.
उद्भवलेल्या प्रश्नांनी देवा माझी मती झाली गुंग.
करूनी शंका निरसन कर भ्रमाचा तू भंग.
काय खरे काय खोटे हेच मला कळेना.
पाहून ही दैना देवा विश्वास तूजवर बसेना.

उपरोक्त कविता लिहून मी स्वत:ला धन्य समजू लागलो होतो.साक्षात भगवंतालाच मी आरोपीच्या पिंज-यात ऊभे केले होते.आणि कित्येक दोषारोपण केले होते.माझा हा भ्रम मी कित्येक दिवस ऊराशी कवटाळून बसलो होतो.

पण मित्रांनो माझा हा भ्रम एक दिवस भंग पावला त्या देवानेच त्याचे निरसन केले.आणि ते सुध्दा इतक्या भव्यदिव्य स्वरूपात की मी चकितच झालो. झाले हे की मला एक कविता सुचली.

पाहून आपले सगे सोयरे अर्जुन झाला विषण्ण.
मनी तयाच्या उठले काहूर मन झाले खिन्न.

या दोन ओळी सुचल्या आणि मी नंतर ती कविता पूर्ण करण्याचा प्रयत्न करू लागलो पण बराच आटापिटा केल्या नंतर सुध्दा त्यात मला यश येत नव्हते.कारण ही कविता अर्जुनाच्या विषण्णते विषयी होती जी त्याला महाभारताच्या युध्दारंभी त्या युध्दात आपल्या विरोधात समोर उभे आपले सगे सोयरे पाहून झाली होती.अर्जुनाच्या त्या विषण्णतेतूनच भगवान श्रीकृष्णांनी त्याला भगवत गीता कथन केली होती.त्याच भगवत गीतेला मी एका छोटयाश्या कवितेत समावण्याचा प्रयत्न करत होतो.पण मला ते श्यक्यच होत नव्हते. कारण भगवत गीते सारखा गहन आणि कठीण विषय माझ्या आवाक्या बाहेरचा होता.एक तर तो समजायला कठीण होता आणि त्यातल्या त्यात एका छोटयाश्या कवितेत सामावणे त्याहून कठीण होते.कवितेची सुरूवात अर्जुनाच्या विषण्णतेतून सुरू झाली होती आणि त्याच विषण्णतेतून भगवत गीतेचा जन्म झाला होता.ती कविता पूर्ण करण्याच्या प्रयत्नात एक विचार मनात डोकावून गेला आणि त्या विचाराने मी रोमांचित होऊन गेलो आणि स्वत:लाच वेडयात काढले.तो विचार होता

संपूर्ण भगवत गीता काव्यरूपात लिहिण्याचा, मूळात हा विचारच माझ्यासाठी मुर्खपणाचा होता.कारण मला संस्कृतच काडीमात्र सुध्दा ज्ञान नव्हत.आणि त्या गहन विषयावर काही लिहिण्याची माझी काडीमात्र कुवत नव्हती.मी तो विचारच माझ्या मनातून काढून टाकला. पण ते सुध्दा मला श्यक्य झाले नाही.कारण तो विचार माझा काही पिच्छा सोडायला तयार नव्हता.राहून राहून तो मनात उसळी मारत होता.एक अनामिक शक्ती मला त्यासाठी आतून प्रवृत्त करत होती.

लिहू की नको या ऊहापोहात चार सहा महिने निघून गेले. माझ्या मनातली अनामिक शक्ती मला प्रवृत्त करतच होती.आणि एक दिवस धाडस करून मी सुरूवात केली. घरात असलेली रोज पारायण करण्याची पॉकेट साईझची गीता घेतली त्यात मूळ श्लोक आणि त्याचा अर्थ होता. त्याव्यतिरिक्त माझ्या कडे दुसरे पुस्तक नव्हते.त्याच पुस्तकापासून मी सुरूवात केली, थोडयाश्या प्रयत्नाने पहिल्या श्लोकाचे काव्यरूप तयार झाले.

उभय सैन्याने गजबजले धर्मक्षेत्र कुरूक्षेत्र.
सांग संजया काय करिती मम आणिक पांडुपुत्र.

या दोन ओळी तयार होताच माझा हुरूप वाढला आणि मग काही दिवसातच भगवत गीतेच्या सर्व सातशे श्लोकांच काव्यरूप तयार झाले.पण तरी मन मात्र समाधानी झाल नव्हत.काहीतरी उणीव काहीतरी कमतरता भासत होती. पण एक मात्र झाल होत त्या अनामिक शक्तीने एक

मोठ अवघड कार्य माझ्याहातून अगदी सहज रित्या पूर्ण करवून घेतल होत.जे मला अवघड वाटत होत ते मला सहज साध्य झाल होत.आता माझा उत्साह व्दिगुणित झाला होता.आता प्रयत्न करून मी एक श्लोकांच विवेचनासह दुसर पुस्तक मिळवल आणि त्याच्या विवेचनाला काव्यरूप द्यायला सुरूवात केली. जे काम मला खूप अवघड वाटत होत ते अगदी सहज रित्या पूर्ण होत होत याचच मला आश्चर्य वाटत होत. पण मला मात्र हव तस समाधान लाभत नव्हत कारण ब-याच वर्षापूर्वी मी गीताप्रेस गारखपुर वरून प्रकाशित स्वामी रामसुखदास महाराज यांच गीते वरील विवेचन आंशिक रूपाने वाचलेले होते ते खुपच चांगले होते, जेव्हा जेव्हा मी लिहायला बसत असे अगदी हटकून मला त्याची आठवण यायची आणि ते मिळाल तर खूप बर होईल असा विचार मनात डोकावून जायचा

हा माझा दररोजचा धाराच झाला होता.एक प्रकारे ते विवेचन मला मिळाव यास्तव जणूकाही मी जपच करत होतो.येथे आर्कषणाचा सिध्दांत सुक्ष्मपणे काम करत होता.आपल्याला हवी असलेली वस्तू मिळावी आणि त्याची इच्छा करणे आणि ती वस्तू प्राप्त व्हावी अशी मनात तीव्र भावना उत्पन्न होते तेव्हा आपले सुक्ष्म विचार तरंग ब्रम्हांडात प्रक्षेपित होतात आणि आकर्षणाच्या सिध्दांतानुसार त्या वस्तू विशेष पर्यंत पोहोचतात आणि येनकेन प्रकारे ती वस्तू मिळवून देतात.यात आपली भावना जेव्हढी तीव्र तेव्हढा परिणाम

लवकर होतो.माझ्या तीव्र भावनेचा परिणाम म्हणा की आणखी काही पण ते पुस्तक मला चमत्कारिकरित्या मिळाल येव्हढ मात्र खर.झाल अस की मी नेहमी प्रमाणे आपल लिखान कार्य करत होतो.त्याच वेळेस माझा पुतण्या जो नागपुरला शिक्षणा निमीत्त राहात होता तो माझ्याकडे आला माझ लिखान सुरू होत ते पाहून त्याने मला त्याबाबत विचारले मी त्याला काही सांगण्या ऐवजी माझ आधी लिहिलेल लिखान त्याला वाचायला दिल.त्याने ते वाचल आणि म्हणाला हे तर खूपच चांगले आहे.याच संदर्भातल माझ्याकडे भगवत गीतेच एक पुस्तक आहे पण ते नागपुरला आहे. मी दोन दिवसांनी जाणार आहे ते तेथून तुमच्यासाठी पाठवून देतो ते तुमच्या कामात येईल.आणि कबूल केल्या प्रमाणे आठ दिवसात ते पुस्तक त्याने पाठवले. ते पुस्तक पाहाताच मी चाटच पडलो कारण ते पुस्तक तेच होते जे मला हव होत.गीताप्रेस गोरखपुरने स्वामी रामसुखदास महाराजांचे गीते वरिल विवेचन संकलित करून पुस्तक रूपाने छापलेले होते.माझे ईच्छित पुस्तक माझ्या हातात होते आता माझ्या उत्साहाला उधाण आले होते.आणि मग मी पुढिल तीन वर्ष झपाटल्या सारखा लिहित राहिलो, आणि माझ्या त्या मेहनतीचा परिणाम म्हणून एक हजार पानाच आणि जवळपास चाळीस हजार ओळींच एक खंडकाव्य तयार झाले.पण दुःख एकच की ते अजुन छापल्या गेले नाही.पण जस लिहिल्या गेल तस छापल्या सुध्दा जाईल याचा मला विश्वास आहे.

एक मात्र झाल की कित्येक वर्षापूर्वी माझ्या मनात जो भ्रम निर्माण झालेला होता आणि एका कवितेच्या माध्यमाने प्रगट झाला होता तो मात्र पूर्णपणे नष्ट झाला होता.तीन वर्ष माझ्याकडून भगवत गीतेचा जो काही अभ्यास झाला जे काही पठन झाले त्याची परिणीती ही झाली की माझ्या सर्व प्रश्नांची उत्तर मला मिळाली. अश्या प्रकारे माझ्या शंकांच भव्य दिव्य निरसन झाल. आणि हे सर्व झाल ते माझ्या वैचारिक मंथनामूळे. म्हणून मला या काव्यसंग्रहाला मंथन हेच नाव योग्य वाटल.

तर मित्रहो माझा हा “मंथन” काव्यसंग्रह आपल्या हाती देत आहे तो तुमच्या कसोटीवर कितपत खरा उतरतो हे तुम्हीच ठरवायच आहे.
धन्यवाद!!!

!!! ईती शुभम !!!

आपलाच
बाबा पाटील
माबाईल न. ९८३४७३२८३४
Email - patilmukund05@gmail.com

समर्पण

एखाद पुस्तक जेव्हा प्रकाशित केल्या जाते तेव्हा लेखक त्या पुस्तकाला आपल्या कुणातरी प्रिय आणि प्रेरक व्यक्तीला समर्पित करतो.माझा हा काव्यसंग्रह जेव्हा प्रकाशनाच्या मार्गावर अग्रेसर झाला तेव्हा तो कुणाला समर्पित करावा हा यक्ष प्रश्न माझ्या समोर उभा राहिला. अर्थात याचा अर्थ हा मूळीच होत नाही की माझ कुणी प्रिय नाही.पण मला कुणीतरी प्रेरक हव होत.अश्या प्रेरक व्यक्तीच्या शोधात माझे मन भुतकाळात डोकावू लागले होते.एक एक कविता माझ्या मनात कशी कशी उत्पन्न झाली त्याचा मागोवा घेऊ लागले.कुणाच्या प्रेरणेने मी या कविता लिहिल्या हे आठवू लागले.तेव्हा माझ्या नजरे समोर जे चेहरे तरळले ते सर्व माझ्या विरोधकांचे होते.माझी प्रत्येक कविता माझ्या विरोधकांच्या माझ्या विरूध्द केलेल्या कृत्यांची परिणीती होती.त्यांच्यामूळेच या कविता मला सुचल्या होत्या.ते नसते तर त्या कविता मला सुचल्याच नसत्या हे गृहित धरून मी माझा हा काव्यसंग्रह त्यांनाच समर्पित करावा हे ठरवून टाकल.

समर्पण

मी माझा हा पहिला कवितासंग्रह माझ्या विरोधकांना मोठया अनन्यभावे आणि श्रध्दापूर्वक समर्पित करत आहे.
धन्यवाद!!!

!!! इती शुभम !!!

आपला
बाबा पाटील
मोबाईल नंबर - 9834732834
Email - patilmukund05@gmail.com

श्रीनाथसमर्थ

स्वामी जितेन्द्रनाथ
श्रीनाथपीठ श्रीदेवनाथ मठ
श्रीक्षेत्र सुर्जी, अंजनगाव.
जील्हा अमरावती.

!!! शुभाशिर्वाद !!!

निसर्गराज मेळघाटच्या प्रतिभावान भाषा-काव्य प्रतिभेचे कृपापात्र माझे स्वकीय श्री मुकुंदराव पाटील यांचे मंथन हे स्वलिखित काव्य संकलन यथावकाश अवलोकन केले. अतिशय आनंद झाला.

काळया मातीच्या कुशीत मेळघाटच्या विशुध्द वातावरणाचा चिंतन-मनन-उपदेशन व विचार मंथन यासाठी ख-या अर्थाने जगणारा आत्मसाधू यांचे ठाई कवी स्वरूपात कवी म्हणून अनुभवला.

वेद म्हणतात "या$स्ते सोमप्रजा वत्सोभिसो$हम." म्हणजेच आपल्या जवळ जे काही ऐश्वर्य असेल उदा. वस्तू-विचार-प्रतिभा-धन आदी..... या सर्वांचा उपयोग

सोमप्रजा अर्थात परमानंदी प्रजा निर्माण करण्यासाठी करावा.असे जो करतो तो महात्मा असतो.

श्री मुकुंदरावांना निसर्ग सांन्निध्यात नैसर्गिक व विशुध्द विचार-काव्य सुचले ही त्यांचेवर ईश्वरी कृपाच आहे.

बोध-प्रबोध-कल्पना-संकल्पना-आर्त-प्रेम-जिव्हाळा-पुरूषार्थ्-व प्रबोधन हे सारेच यांच्या काव्यात मी पाहिले.

या काव्यसंग्रहाच्या प्रकाशन प्रसंगी यांचे समस्त काव्य हे समाज मनाला सामर्थ्य-सत्व-प्रेम-व सुविचार पुष्टी प्रदान करणारे ठरो हा आशिर्वाद मी त्यांना देत आहे.

ईश्वर त्यांना दिर्घ चिरायु निरामय आरोग्य ऐश्वर्य व आनंद प्रदान करो ही सद्गुरूनाथ चरणी प्रार्थना.

!!! सर्वांचे शुभचिंतन !!!

शेष श्रीनाथस्मरणम

स्वामी जितेन्द्रनाथ

श्रीनाथपीठ, श्रीदेवनाथ मठ.

श्रीक्षेत्र सुर्जी अंजनगाव.जी.अमरावती

आयुष्यात कित्येक व्यक्ती भेटतात त्यातली काही नकोशी वाटतात तर कित्येक हवीहवीशी वाटतात. अश्या हव्याहव्याश्या वाटणा-या व्यक्ती मात्र नगण्य असतात. त्यांचा सहवास मात्र आपल्याला सुखकर, प्रेरणादायी आणि आदर्श वाटतो. अश्या व्यक्ती आपल्या मनावर कायम स्वरूपी छाप सोडून जातात.काही वर्षापूर्वी माझ्या जीवनात सुध्दा अश्याच एका व्यक्तीच पदार्पण झाल, ती म्हणजे श्री मुकुंदराव रामकृष्ण पाटील उपाख्य बाबासाहेब पाटील.साधारण दहा अकरा वर्षापूर्वी यांची माझी ओळख झाली आणि या साधारण ओळखीच रूपांतर मैत्रीत केव्हा झाल हे माझे मलाच कळले नाही. त्यातल्या त्यात विशेष म्हणजे आमची मैत्री सवयीच्या स्तरावर पोहोचली, म्हणजे मला या माणसाची अक्शरश: सवयच लागली अस म्हणायला काहीच हरकत नाही.

आयुष्यात एखाद्या माणसाला नेहमी भेटावस वाटन आणि भेट झाली नाही तर चुकल्या चुकल्या सारख वाटन याचाच अर्थ असा होतो की त्या माणसाची आपल्याला सवय जडली आहे. तर अशी ही व्यक्ती म्हणजे बाबासाहेब हे माझ्या जीवनाचे अविभाज्य घटक बनून गेले.तसा आमच्या वयात तब्बल वीस वर्षाचा मोठा फरक आहे.वयाचा हिशेब पाहिला तर आमची मैत्री अगदीच विजोड आहे.पण मैत्रीत वय हे काही अडसर ठरत नाही.

महाराष्ट्राच्या अमरावती जील्हयातील मेळघाट सारख्या अती दुर्गम पण निसर्गाच्या नयनरम्य भागात अशी

प्रतिभासंपत्र व्यक्ती असन म्हणजे आश्चर्यच आहे.पण प्रतिभा काही स्थळ काळाच्या बंधनात बांधता येत नाही, ती कुठेही अवतरू शकते.तसे यांचे पूर्वज मूळ जळगाव खांदेशचे पण ते इतक्या दुर्गम भागात येऊन स्थायिक झाले हे सुध्दा नवलच म्हणावे लागेल.पण काही असो या व्यक्तिमत्वान मला भुरळ घातली हे मात्र खरे.अत्यंत मनमिळाऊ स्वभाव आणि हसतमुख व्यक्तिमत्व हे या माणसाच स्वभाव वैशिष्ट.माझी पहिली भेट झाली तेव्हा पासून मी यांना पाहात आलो आहे अत्यंत हालाखीचे दिवस असून सुध्दा त्यांच्या चेह-यावर दु:ख निराशेची छटा मात्र मला कधीच दिसली नाही.नेहमी हसतमुख आणि सकारात्मक उर्जेने भरपूर.

आज त्यांच्या काव्यसंग्रह मंथनसाठी लिहिण्याचा योग आला हा माझ्यासाठी आनंदाचा आणि अभिमानाचा क्षण आहे.त्यांच्या कविता मी जेव्हा वाचल्या तेव्हा या संग्रहाला मंथन हेच नाव अगदी समर्पक आहे हे माझ्या लक्षात आले.या कवितासंग्रहातल्या एक एक कविता म्हणजे त्यांच्या वैचारिक मंथनाचा परिपाक आहेत. दु:ख, वैताग, उद्‌वेग, आशा-निराशा, जळफळाट, उपेक्षा, लाचारी, धमकावणी, अश्या कित्येक भवनांच त्यांच्या काव्यात दर्शन होते. उपरोक्त भावना व्यतिरिक्त त्यांच्या काव्यात प्रबोधनपर कवितांचा सुध्दा समावेश मला दिसला.एकंदरीत त्यांचा हा काव्यसंग्रह म्हणजे संमिश्र भावनांचा मेळच आहे अस माझ्या निदर्शनास आले.समुद्र मंथनात जश्या उत्तरोत्तर एका पेक्षा एक

उत्कृष्ट वस्तू निघत गेल्या तसच त्यांच्या वैचारिक मंथनातून एक एक काव्य प्रस्फुटित होत गेलेले आहे. या संग्रहातल्या मला सर्वात जास्त आवडलेल्या कविता म्हणजे "मानव" आणि "गुणावगुण". या कविता "जे न देखे रवी ते देखे कवी" या उक्तिला सार्थक करतात. मानव आणि दानव हे एकाच नाण्याचे दोन पैलू आहेत ही संकल्पना मला खूपच भावली.आणि सतत शितल छाया आणि मधुर फळ देणा-या वृक्षात सुध्दा आपल्यांना आसरा न देणा-या दुर्गुणाचा मला पहिल्यांदाच परिचय झाला.

असो लिहिण्यासारखे खूप काही आहे.सर्वच लिहायला घेतले तर एखाद पुस्तकच तयार होईल म्हणून माझे लिहिन येथेच संपवतो आणि इश्वर चरणी प्रार्थना करतो की इश्वर त्यांच्या कवितासंग्रहाला उदंड यश देवो आणि त्यांच्या काव्य प्रतीभेला चालना देवो.

!!! इती शुभम !!!

अनिल नायडे.
जिल्हा परिषद मराठी शाळा, झिल्पी.
ता.धारणी, जि. अमरावती.

अनुक्रमनिका

अनुक्रमनिका

अनुक्रमनिका

कविता १

कफन

नितिमत्ता आणि नैतिकता,
आदर्श आणि आदर्शता।
आहे कथा, कादंबऱ्या,
पुरती यांची मर्यादा।
प्रत्यक्ष जीवनात नाही यांचे काम,
उपयोग कराल तर व्हाल पूर्ण बदनाम।
ठेऊ नका नैतिकता,
दाखवू नका आदर्श।
उगाच कराल यांचा अट्टहास,
तर होणार नाही तुमचा उत्कर्ष।
जर जगायचे असेल तुम्हाला या युगात।
तर होऊ द्या तुमचे नैतिक पतन,
आदर्शाला करून टाका खोलवर दफन।
आणि चढवा त्याच्या शवावर,
स्वार्थाचे कफन।

◆◆◆

कविता २

कलियुगी मानव

कलियुगाचे मानव आपण,
स्वार्थाशी आपले नाते.
फुकाचा निस्वार्थ दाखवून,
खायचे कशाला गोते.
कलियुगाचे मानव आपण,
भ्रष्टाचाराचा घेऊ या वसा.
करूनी सर्वांना भ्रष्ट, घालु या
घोटाळ्यांचा हैदोस असा.
कलियुगाचे मानव आपण,
मानवतेला काळिमा फासू.
अनाचाराचा गाठूनी कळस,
सैतानी हास्य हासू.
कलियुगाचे मानव आपण.
असत्याचे घेऊ या व्रत,
करूनी असत्याचा प्रचार,
सत्याला करू या मृतवत.

कविता ३

भ्रम

तुझ्या आज्ञे शिवाय देवा हालत नाही पत्ता.
साऱ्या चराचरावर चालत असते तुझीच पूर्ण सत्ता.
ग्रंथ आणि पुराणांचे हेच आहे वचन.
ऋषी मुनी अन पैगंबरांनी हेच केले कथन.
प्रत्येक घटनेचा देवा तूच कर्ता करविता.
युगानुयुगे, गायली आहे तुझी अशीच महत्ता.
जर देवा पानालाही लागते तुझी अनुमती.
तर अन्यायीच्या अन्यायात असते का तुझी सहमती?
तुझ्याच सहमतीने देवा होत असतो का अत्याचार?
अनुमती घेऊन दुराचारी करत असतो का दुराचार?
उद्भवलेल्या प्रश्नांनी देवा माझी मती झाली गुंग.
करूनी शंका निरसन कर भ्रमाचा तू भंग.
काय खरे काय खोटे हेच मला कळेना.
पाहूनी ही दैना देवा विश्वास तुजवर बसेना.

कविता ४

अजब तुझी दुनिया

अजब तुझी दुनिया देवा अशी रे कशी.
चोर सोडूनी सन्याश्याला होते रे फाशी.
भ्रष्ट होऊनी भ्रष्टाचारी होती तालेवार.
निस्वार्थ दाखवून गरीब बिचारा,
    होतो भाकरीसाठी लाचार.
स्वार्थाचा गाठूनी कळस होतो भला बदकार.
आदर्श दाखवून निस्वार्थी होतो येथे लाचार.
असत्य अनाचाराचा येथे आहे रे पसारा.
आदर्श नैतिकतेला येथे नाही रे थारा.

कविता ५

कमिशन

एक भक्त तपश्चर्येला बसला.
आणि तत्काळ देव त्याला प्रसन्न झाला.
हैरान होऊन त्याने देवाला पाहिले.
क्षणभराच्या तपश्चर्येत हे नवल कसे घडले.
देवा समोर त्याने शंका आपली मांडली.
देव उतरला अरे आब्यांशी मतलब ठेव.
मोजतो कश्याला गुठली.
मागं तुला हव ते उदार मनाने देईन.
तत्काळ प्रकट होण्याचे रहस्य नंतर सांगीन.
तुझ्या ठायी राहो देवा माझी सदा भक्ती.
मोह माये पासून येऊ दे मला विरक्ती.
हेच देवा तू दे मला वरदान.
मानेल मी जीवन सार्थकाचे समाधान.
अरे हे काय मागतो, मागं धन सम्पत्ती.
कलियुगात कसली आली भक्ती अन कसली विरक्ती.
नेता होऊन एखादा तू जनतेला लुबाड.
घोटाळे करून जमव तू सम्पत्तीचे घबाड.
देशाचे धन तू विदेशात पाठव.

कंगाल करूनी देशाला तू धनवंत म्हणून मिरव.
नको धन देवा मला नको संपत्ती.
छळ प्रपंचेच्या दुनियेत आली मला विरक्ती.
मोह मायेच्या बंधनात तू नको मला बांधू.
तुझी भक्ती करून मला बनू दे तू साधू.
नाना परी देवाने दिले त्याला प्रलोभन.
पण भक्ताचे ढळले नाही अटळ मन.
चिडूनी देवाने भक्ताला फटकारले.
तुझ्या नांदी लागून माझे कमिशन गमावले.
भक्ताच्या डोक्यात तत्काळ प्रकाश पडला.
पण तो पर्यंत देव मात्र अदृष्य झाला.
परीक्षा समजून देवा मी संधी गमावली.
विरक्तीच्या खूळात माझी मती गुंग झाली.
संधी गमाऊनी भक्त बसला रडत.
अन देव निघाला आपला दुसरा भक्त शोधत.

कविता ६

बोन्झाय

बोन्झाय एक कला आहे.
निसर्गाच्या हिरवळीला,
लहान बागेत साठवण्याची.
विशाल वृक्षवल्लीला लहान.
कुंडीत कैद करण्याची.
बोन्झाय एक कला आहे.
गागरीत सागर भरण्याची.
सिमेंटच्या वाढत्या जंगलात.
हिरवळीचा आभास निर्माण करणारी.
बोन्झाय एक कला आहे.
मानवाच्या विकृतीचे दर्शन घडवणारी.
विशालतेला खूरगटवून टाकणारी.
विशालतेच खच्चीकरण करणारी.
कारण! मानव जेव्हा मानवावरच.
या कलेच्या उपयोग करतो.
तेव्हा ती कला विकृतीच ठरते.

कविता ७

दैना

देवा तुझ्या संसाराची, पहा कशी ही दैना.
माणूस कसा झाला पहा माणूसकी विना.
ऊरली नाही त्याला धर्म अधर्माची चाड.
पुरवितो हर प्रकारे आपल्या मनाचे तो लाड.
स्वार्थापाई आंधळा होऊनी करतो तो अत्याचार.
असत्य अनाचाराचा तो भरवतो बाजार.
अशी कशी झाली देवा तुझी ही श्रेष्ठ कृती.
लोभा, मोह, मायेची झाली प्रतिमुर्ती.
विवेकाशी राहीले नाही याचे काही नाते.
वासनेच्या समुद्रात खातो हा गोते.
सदबुध्दीला दिली याने पूर्ण मूठमाती.
कुबुध्दीचा कैफ चढला याच्या डोक्यावरती.
होती देवा तुझी ही कृती अनमोल.
कलियुगात ठरली पाहा कशी ही बेमोल.

कविता ८

दु:ख

दु:ख, दु:ख आणि दु:ख,
कुणा जवळ आपले दु:ख सांगावे.
कुणा जवळ आपले रडगाणे गावे.
जगात प्रत्येक जीव दु:खीच आहे.
कुणाचे दु:ख कमी तर कुणाचे जास्त आहे.
माझे दु:ख जर मी एखाद्याला सांगतो.
तर तोच आपल्या दु:खाचे रडगाणे गातो.
ऐकूण मनाचा ताण कमी होतो.
कारण आपणच एकटे दु:खी नसल्याची जाणीव होते.
आपल प्रचंड भासणार दु:ख कणभरा एव्हढ वाटते.
तेव्हा कुठे ईतरांच्या दु:खाची जाणीव होते.
आपल्या सारखे बरेच रक्ताळलेले आहेत.
आपल्या सारखे बरेच ठेचाळलेले आहेत.
तरी दु:ख विसरुन ते जीवन जगत आहेत.
मनाचे दडपण कमी कमी होते.
अन् जगण्याची नवी वाट गवसते.

मग मी आपले दुःख दूर सारतो.

आणि जीवन जगण्याचा प्रयत्न करतो.

पण! पण तो माझा भ्रम ठरतो.

ते दुःख माझा पिच्छा सोडत नाही.

हृदयाला, मनाला ते बोचत राहते.

टोचत राहते, छळत राहते.

मी माझ्या रक्तबंबाळ हृदयाशीं,

त्या दुःखाला कवटाळून जगण्याची धडपड करतो.

रक्ताळलेल्या मनाने ठेचाळत, ठेचाळत.

कविता ९

टाकीचे घाव

टाकीचे घाव सोसल्या वाचून,
म्हणतात, देवपण येत नाही.
कारण पाषाणातून घडते जेव्हा मुर्ती,
त्यात असते सर्वथा टाकीचीच महती.
टाकीचा होतो जेव्हा कुशलतेने वापर,
तेव्हाच होते पाषाणातून शिल्पकृती साकार.
पण त्या घावांना असायला हवं मर्यादेच बंधन,
तेव्हाच त्यातून होईल काही महान सृजन.
अन्यथा घाव टाकणाऱ्याने अडानी घाव टाकत राहावे.
आणि घाव झेलणा-याचे दुभंगून शकले व्हावे.
शकल झालेला पाषाण नवीन येतो बदलता.
पण दुभंगलेल मन पून्हा येत नाही सांधता.
म्हणून टाकी धरणा-यान असायला हव शिल्पकार.
तेव्हाच त्याच्या हातून होईल महान कलाविष्कार.

कविता १०

शेखचिल्ली

प्रत्येकाच्या मनात असतो एक शेखचिल्ली.|
नव्हे, प्रत्येक माणूस मुळातच
असतो एक शेखचिल्ली.|
कुणी स्वप्न पाहातो जागेपणी.|
कुणी पाहातो स्वप्न निंद्रा अधिनी.|
स्वप्न जयाचे फळे, तो ठरे भाग्यशाली.|
स्वप्न जयाचे भंगले, तो म्हणवतो शेखचिल्ली.|

कविता ११

प्रित

विधात्याचा पहा कसा हा चमत्कार.
सृष्टीत केला त्याने प्रितीचा अविष्कार
मानवाला दिले त्याने प्रितीचे वरदान.
रुजवली त्याने त्यात प्रित भावना महान.
पण प्रित असावी शुद्ध निरपेक्ष,
नसावा त्यात अपेक्षांचा लवलेश.
नसावी त्यात यवनासक्त कामना,
वासना रहीत असावी शुद्ध भावना.
निरपेक्ष प्रित आहे दैवी वरदान.
त्यातूनच फुलते जिवन महान.
निरपेक्ष प्रितीतून शुध्द मैत्री फुलते.
तेव्हाच प्रितीची अमृतवेल बहरते.
प्रितीला करू नका आत्मकेंद्रित.
अन्यथा जीवन होईल शापित.

◆◆◆

कविता १२

प्रिती

जीवनाचा अर्थ ते जगूनच कळतो.
निरपेक्ष प्रेमातच प्रितीचा अर्थ उमलतो
प्रित म्हणजे नव्हे यवनासक्त वासना.
वासनेच्या संगती असावी गहन भावना.
तेव्हाच प्रितीची अमृत वेल बहरते.
त्या वेलीवर निरपेक्ष मैत्री फुलते.
आत्मकेंद्रित प्रित म्हणजे आहे शापित जीवन.
पण निरपेक्ष प्रित असते दैवी वरदान.

कविता १३

खच्चीकरण

एका समाजाचा उध्दार करतांना,
दुसऱ्या समाजाच होत असते खच्चीकरण.
अविकसितांचा विकास करतांना विकसितांना,
अविकसित करण्याच चालत असते राजकारण.
युगानुयुगे हे असच चालत आले आहे,
दलितांच्या विकासाच्या नावावर नविन.
दलित निर्माण करण्यात आले आहेत,
दलितांची निर्मीती आणि त्यांचा विकास.
युगानुयुगे चालत आहे ही प्रक्रिया,
कारण दलित नसले तर विकासाच,
हे नाटक अविरत कस खेळता येईल?
विकासाची ही आहे कोणती पध्दत?
एक होतो विकसित आणि दुसरा होतो अविकसित.

❖❖❖

कविता १४

माझा भारत महान

सत्येच्या हव्यासापाई पुढारी झाला बेभान,
घोटाळयांचा घोळ घालून, देशाला ठेवले गहाण.
तरी पण आहे माझा भारत महान,|| 1||
संपत्तीच्या लालसे पाई,
व्यापारी झाला बेइमान.
काळाबाजारी करून तो,
जनतेला करतो हैरान.
तरी पण आहे माझा भारत महान.|| 2||
दारुच्या बाटली पाई,
मतदाराने लावले मताचे दुकान.
मत विक्रीचा घोळ घालून,
लोकशाहीचा करतो अपमान.
तरी पण आहे माझा भारत महान.|| 3||
जाती पातीच्या भेदा पाई,
नेत्यांना लाभले धर्माचे दुकान.
धर्मा धर्माचा घोळ घालूनी
नेत्यांनी टांगला वेशीवर धर्माभिमान.
तरीपण आहे माझा भारत महान.|| 4||
घोळाच्यां घोळा पाई,

अधिकाऱ्यांना गवसली संधी महान.
सत्येचा दुरुपयोग करुन,
जनतेला करतो आहे हैराण.
तरी पण आहे माझा भारत महान.|| 5||

कविता १५

अपेक्षा

कुणावर अपेक्षांचा ठेवावा किती भार,
इतरांच्या अपेक्षांचा सुध्दा करावा विचार.
कुणा कडून किती ठेवाव्यात अपेक्षा,
कुणाच्या किती पुरवाव्यात अपेक्षा.
आपल्या आणि इतरांच्या अपेक्षांचा,
होतो पूर्ण पणे घोळ.
तेव्हा जुळता जुळत नाही,
जीवनाचा समतोल.
म्हणून अपेक्षांच गणित हे नेहमी चुकते.
कारण आपल्या अपेक्षांच गठोडच मोठ असते.
इतरांच्या अपेक्षांना नसतो तेथे वाव.
आपल्या अपेक्षा पूर्ण करण्याचीच असते मोठी हाव.

कविता १६

वाट

पाऊल वाटेन जायच की आपल्या पावलांनी,
हे ज्याच त्यानच ठरवायच असत.
कारण प्रत्येक पाऊलावाट गंतव्या कडेच,
जाते हे काही निश्चित नसते.
पण आपल्या पावलांना आपल,
निश्चित गंतव्य माहित असते.
वाट दाखवणारे जीवनात भरपूर मिळतात,
पण योग्या योग्यतेचा विचार हा,
आपला आपणच करायचा असतो.
कारण त्या वाटेनं आपल्याच चालायच असते.
म्हणून दिसणारी पाऊलवाट तपासून घ्यावी,
तर्क, बुध्दीच्या कसोटीवर पारखून पाहावी.
म्हणजे सुगम सुखकर होतो प्रवास.
आणि गंतव्याची सुध्दा हमी असते हमखास.

❖❖❖

कविता १७

बळी तो कान पिळी

मेंढर् बकरेच होत असतात हलाल,
वाघचा कुणीच देत नसतो बळी.
पामरावर चालते बळवंताची जबरी,
कोकराच्या गळ्यावर कसायाची सुरी.
बलवंता समोर चालत नाही कुणाचा जोर,
पण गरीबाच्या जीवाला मात्र असतो समर्थाचा घोर.
एखाद्याची दिसली थोडी जरी लाचारी,
चालते त्याच्यावर दुनियेची जबरी.
बळवंता समोर सर्वच माना झुकवती,
लाचाराची असते नेहमीच मान नमती.
दीनाचा कुणीच होत नसतो वाली,
दुनियेचा दस्तूर आहे बळी तो कान पिळी.

कविता १८

विकृती

समाजातल्या विकृतीच
करायला हव दहन.
पण समाजच करतो तिच
जाणीव पूर्वक जतन.
जतन केल्यानं वाढत
जाते विकृतीचे बळ.
आणि त्यातूनच होत असते
संस्कृतीची जाळपोळ.
काल बाहय ठरवून जाळतो
आपन आपली संस्कृती.
त्यामूळेच होत जाते आपली
वारेमाप अधोगती.
ग्रंथाची जाळपोळ करुन
जळत नसते विकृती.
विकृतीला जाळण्यासाठीच जपायची
असते ग्रंथ आणि संस्कृती.

कविता १९

आडंबर

धर्माधर्माचे रचले आडंबर.
मानवतेचा पाडून विसर.
मार्ग केला आपला सूकर.
स्वत: हवा तसा सोईस्कर.
कुणी बनले हिंदू, मुसलमान.
कुणी बनले सिख, इसाई.
धर्माच्या नावावर मानव मानवाची,
कतल करुन बनला पहा कसाई.
धर्माधर्माचे कालवूनी विष.
मानव केला पाहा कसा विभक्त.
धर्माचे ठेकेदार बनून बसले,
पाहा कसे सत्तेचे भक्त.

कविता २०

पाय

रस्त्याची करू नको विनवनी,
करू नको वाहनाची चिंता.
पायच तुझ्या येतील कामी,
रूतले जरी कांटे झाले जरी श्रांत.
पाय असले जर सही सलामत,
तर रस्ता करता येतो निर्मित.
पाया विना रस्त्याचे काय सांगावे भाकित.
पाय एक अनमोल ठेवा,
विश्वास असु दे असा.
पायच शोधतील नविन वाटा,
ठेव तू ठाम भरवसा,

❖❖❖

कविता २१

काटें

पेरू नका काटें कुणाच्या वाटेत.
कारण आपल्याला सुध्दा कधीतरी,
त्या वाटेने जावे लागेल.
कदाचित त्यावेळेस आपण,
अनवाणी असू शकतो.
काटें ते काटेंच असतात.
ते कुणाची तमा बाळगत नसतात.
कारण आपल्या परक्यांची त्यांना
काहीच नसते जाण.
वहानाविना पायांची ते उडवून,
टाकतात दाणादाण.
आपन पेरलेल्या काट्यांनी.
आपनच घायाळ होऊ शकतो.
इतरांना घायाळ करण्याच्या
हव्यासा पाई आपनच घायाळ होऊ शकतो.
इतरांना दुःखी पाहण्याचे आसुरी सुख,
आपल्यालाच देऊ शकते दारुण दुःख.

कविता २२

पायमल्ली

आदर्शाची झाली पायमल्ली.
सत्याला चढवले सूळावर.
नैतिकता गेली रसातळी.
असत्याचा झाला जयजयकार.
अहिंसेची करून टवाळी.
मुजोर बनले टवाळखोर.
ज्यांनी केली गोष्ट अधिकाराची.
ते ठरवल्या गेले बंडखोर.
बदकार ठरले भले,
गाठूनी बदकारीचा कळस.
भल्यांच्या माथी आली बदनामी,
दाखवूनी भलेपणाचा आदर्श.

कविता २३

हलाहल

तुझ्या वाट्याला आले देवासुर
मंथनाचे जहाल हलाहल.
प्राशान करूनी सिध्द केले तू तुझे देवत्व.
माझ्या वाट्याला आले विषमतेचे
जहाल गरळ.
प्राशान करूनी मरत आहे
माझ्यातले मनुष्यत्व.
साठवूनी कंठात हलाहल
तू म्हणवलास निलकंठ.
माझ्यातला माणूस झाला विषाक्त
प्राशन करून गरळ आकंठ.
विषमतेचे विष पचवण्याची दे
मला तू शक्ती.
माझ्यातल्या मानवाला वाचवून
करेल मी मानवतेची भक्ती.

कविता २४

नैतिकता

क्षीण आवाजात ती कन्हत होती.
लक्षावधी लोकांची चौकेर वर्दळ होती.
पण तिच्या आर्त कन्हण्याला लोक दुर्लक्षित होते.
काही क्षणभर थांबून तिला न्याहाळत होते.
तर कित्येक नेहमीचेच म्हणून दुर्लक्ष करत होते.
कित्येकांनी टाकली तिच्यावर करूण नजर.
तर कित्येकांनी केला तिजवर व्यंगबाणांचा प्रहर.
कारण होताच तसा तिचा सहवास.
अंगीकारणा-याचाच होत असतो ऱ्हास.
कुणी जर धरला तिचा अट्टहास.
तर आवळला जातो त्याच्या भोवती
बदनामीचा गळफास.
जर का कुणी केला तिचा स्विकार.
तर चौफेर केल्या जातो त्याचाच बहिष्कार.
म्हणून तिचा जवळ थांबण्याच
कुणाच होत नव्हत धाडस.
तिला स्विकारण्याच कुणा जवळ नव्हत साहस.
म्हणून बिचारी ती अशीच कन्हत राहिली.
आपल्या दुर्भाग्यावर अश्रृ ढाळत राहिली.

आपल्यावर कुणीच लक्ष देत नाही.
याचच तिला होत अतोनात दुःख.
पण लोक तरी काय करणार.
त्यांना व्हायच नव्हत समाजातून विमुख.
स्वार्थी जगात तिच्यास्तव
कुणा जवळ नव्हती उसंत.
म्हणून पडली आहे तशीच दुर्लक्षित.
ती आजही तशीच रडत आहे.
एका क्षीण आशेवर जगत आहे.
कुणी तरी येईल आणि तिचा करेल उध्दार.
पून्हा तिचा होईल सर्वांवर अधिकार.
उजळ माथ्याने ती पून्हा वावरू लागेल.
लोकांच्या मनावर राज्य करेल.
गमावलेली प्रतिष्ठा परत मिळविणे.
लोक तिला आपल्या मनात स्थान देतील.
आशा ही मोठी बळवंत असते.
ती याच विश्वासावर जगत आहे.
जखमी होऊन गलितगात्र अवस्थेत.
कोण ती?
ती आहे नैतिकता!

कविता २५

आव्हान

इवल्याश्या काजव्याचा काय हा झोक.
तिमिराच्या साम्राज्याला पाडले त्याने भोक.
इवल्याश्या अक्षराचा वर्णावा किती महिमा.
अज्ञान रूपी तिमिराची नाही ठेवली त्याने तमा.
काजवा काही पूर्ण सुर्य होऊ शकत नाही.
अक्षर काही पूर्ण भाषा होऊ शकत नाही.
पण तिमिराच्या विशाल साम्राज्याला.
आणि अज्ञानरूपी विशाल तिमिराला.
आव्हान देण ही काही लहान बाब नाही.
म्हणून घ्यायला हवा अक्षराचा आधार.
तेव्हाच होईल अज्ञानातून आपला उध्दार.
इवल्याश्या काजव्या पासून घ्यायला हवी प्रेरणा.
तरच मिळेल जीवनाला नविन चालना.
अज्ञान आणि अंधारास देऊ या आव्हान.
स्वत: आणि इतरांना करूया सज्ञान.
अज्ञान आणि तिमिराची हवी कशाला भीती.
निडर होऊनी देऊ त्यांना पूर्ण मुठमाती.

कविता २६

दिसत तस नसत

दिसत तस नसत,
म्हणूनच जग फसत.
चकाकणार सर्वच काही सोन नसत.
चकाकणाऱ्या मुलाम्या खाली पितळ असू शकत.
झकझकत्या उजेळा मागे अंधाराच साम्राज्य असत.
क्षणिक सुखाच्या मागे दु:खाच मूळ असत.
उपकाराच्या भावने आड स्वार्थाची झाक असते.
हिरव्यागार हिरवळी मागे पानगळीच भय असते.
यश्याच्या आनंदा मागे अपयशाच दु:ख असते.
श्रीमंतीच्या भव्यतेत गरीबाची उपासमार असते.
चांगल्या गोष्टी मागे वाईटाची भरमार असते.
म्हणूनच दिसत तस नसत.
अन जग त्याला फसते.

कविता २७

कशी करु कास्तकारी

कशी करू कास्तकारी रे सरकार माझ्या कशी करू
कास्तकारी. || धृ||
डोक्यावर कर्जाचा डोंगर हा भारी,
उभा करेना सावकार दारी.
बँकांची चालते आपली शिरजोरी.
व्यापारी भरतात आपली तिजोरी.
कशी करू कास्तकारी रे सरकार माझ्या कशी करू
कास्तकारी. || १||
पोराची हौस लय मोठी रे भारी.
शिकायच म्हणतो तो डाकटरी.
शिक्षणाचा खर्च लय मोठा भारी.
कशी करू त्याची हौस रे पूरी.
कशी करू कास्तकारी रे सरकार माझ्या कशी करू
कास्तकारी. || २||
लग्नाची पोर ही उभी ऊरावरी.
हुंडयाचा बाजार गरम भारी.
उभा करेना सावकार दारी.
कशी करु लग्नाची तयारी.

कशी करू कास्तकारी रे सरकार माझ्या कशी करू
कास्तकारी. || ३||
व्यापाऱ्यांची असते लय मोठी हाव.
मालाला मिळेना चांगला भाव.
व्याजाची होईना भरपाई पूरी.
कर्ज फेडायची होते मारामारी.
कशी करु कास्तकारी रे सरकार माझ्या कशी करू
कास्तकारी. || ४||
नव्या तंत्रज्ञानाचा खूप बोलबाला.
सरकार बी देते हाच रे सल्ला.
सल्याचं पिक मोठ उगवते भारी.
पैश्याची कुणी ना देई उभारी.
कशी करू कास्तकारी रे सरकार माझ्या कशी करू
कास्तकारी. || ५||

कविता २८

बळीराजा

बळीराजा रे आत्महत्येची,
नव्हे तुझी ही वाट.
तुझे जीवन हे समरांगण,
तू नको दाखऊ पाठ.
का असा तू होशी हताश,
का होतशी निराश.
अपरिमित रे तुझी शक्ती,
तू जगा भरविशी घास.
अन्नदाता तू जगाचा,
जगा पूरविशी अन्न.
धन्य तुझी ही महिमा राज्या,
तुझ सम नाही अन्य.
मरगळ झटकूणी उठ आता तू,
करूनी नवी तयारी.
कष्टाचे तुझ्या रे होईल चिझ,
तू ठेव अशी उभारी.

कविता २९

घणघणाट

सोने सांगे लोखंडाला,
आहे तू किती कणखर.
पण बसता घणाचा मार,
तुझा होतो घणघणाट फार.
मी पहा किती नाजूक सुकुमार,
पण निमूट झेलतो मार.
लोखंडाने दिले उत्तर,
मित्रा आहे तुझे बरोबर.
पण ज्याचा तू झेलतो मारा,
तो नाही तुझा सगा सोयरा.
नाही त्याचे तुझे सोयरे सुतक,
पण लोखंड आहे माझा जातक.
वार करतो जेव्हा कुणी आप्त,
तेव्हा जीव होतो अती संतप्त.
आपलाच करतो जेव्हा कुणी वार,
तेव्हाच होतो घणघणाट फार.

कविता ३०

नयनांची महिमा

नयनांचा महिमा अपरंपार.
त्यात होती नाना अविष्कार.
कधी फुलतो नयनात अंगार.
कधी दिसतो त्यात विखार.
कधी दिसते नयनी प्रेम अपरंपार.
तर कधी भरे नयनी वेदनांचा बाजार.
कधी फूटे नयनी ममतेचा उमाळा.
कधी दिसे नयनी माया अन जिव्हाळा.
कधी दिसे नयनी इर्षेचा भाव.
तर कधी असतो नयनी नाटकी आव.
कधी नयनी सत्याची तेजस्वी आभा.
कधी दिसे नयनी असत्याची खोटी प्रभा.
कधी नयनी स्वार्थाचा दिसे कळस.
कधी नयनी निस्वार्थ दिसे तेजस.
कधी होते नयनात प्रकट वासना.

नयनातच प्रगटे कधी निर्मळ भावना.
असा हा नयनांचा महिमा थोर.
निसर्गाचा आहे महान अविष्कार.
नाना भावना होती नयनात साकार.
मिळे पाहावया थोर चमत्कार.

कविता ३१

अर्ध की पूर्ण

अर्ध आहे की अर्ध नाही,
दोहोचा अर्थ एकच होतो.
पण दोन्ही विचारात मात्र,
दृष्टिकोण हा भिन्न असतो.
जेव्हा करतो आपण थोड असल्याचा विचार,
तेव्हा असते आपल्यात समाधान साकार.
समाधानी वृत्ती म्हणजेच सकारात्मक विचार.
त्यातूनच उत्पन्न होतो पूर्णत्वाचा निर्धार.
सकारात्मक वृत्ती नेहमी देत असते प्रेरणा.
त्यातूनच उत्पन्न होते ध्येय प्राप्तीची भावना.
मग होते आपली निश्चित धेय्याकडे वाटचाल.
आणि यशाची पडत असते अपल्या गळ्यात माळ.
पण जेव्हा मानत नाही आपण थोडक्यात समाधान.
तेव्हा होत असतो आपल्यात न्युनगंड निर्माण.
न्युनगंडातून होतो आत्मविश्वास डळमळीत.
आणि आपण होतो धेय्या पासून विचलीत.
कारण न्युनगंडातून येते अधिकतेची हाव.
आणि अपल्या एकाग्रतेवर पडतो त्याचा प्रभाव.
लक्ष्या प्रति राहत नाही आपली निष्ठा.

म्हणून प्रयत्नाचीही होत नाही पराकाष्ठा.
त्यातूनच पडते पदरी पूर्ण अपयश.
आणि हतोत्साही होते जीवन सर्वकश.

कविता ३२

सेवेचा महिमा

सेवेचा महिमा अपरंपार.
धन संपत्ती आहे गौण.
प्रकाश हा मूळ हेतू रवीचा.
उच्चस्थल महत्वहिन.
प्रकाश पसरव तिमिरात तू.
नको धरू उच्चस्थळाची आस.
धनसंपत्तीचा करू नको हव्यास तू.
सेवेचा मनी असू दे ध्यास.
ठेऊ नको नामनेची आकांक्षा तू.
नको धरु कळसाची कांक्षा.
पायाचा बनूनी दगड तू.
पूर्ण कर सुधृड आधाराची अपेक्षा.

कविता ३३

विश्वासघात

मी कवटाळले जेव्हा त्याला मिठीत.
तेव्हा तो पाठीवर हात फिरवित होता.
त्याच्या प्रेमाने जीव माझा ओसंडून वाहत होता.
ह्रदयात होते प्रेम आणि डोळ्यात होती माझ्या माया.
पण तक्ष्णीच वेदनेने ढवळून निघाली माझी काया.
वेदनेने आर्त होऊन मी त्याच्याकडे पाहिले तेव्हा.
त्याच्या डोळ्यात फुलला होता व्देश आणि अंगार.
त्याचे ते प्रेम माझा क्षणिक भास होता.
पाठ कुरवाळत असतांना तो वर्म शोधत होता.
मला कळण्या आधीच त्याने डाव साधला होता.
ठेवलेल्या विश्वासाचा घात केला होता.

कविता ३४

अकलेचे खाते

समजतात ते स्वत:ला
अकलेची खूप मोठी खदान.
म्हणून त्यांचा स्वत:वर
आहे खूप मोठा गुमान.
कधी होती त्यांच्या डोक्यावर
केसांची मोठी दाटीवाटी.
पण आज दिसते त्यांच्या शेंडीपर्यंत
कपाळाची लांबलचक पाटी.
डझनावारी केस गाळून
अक्कल त्यांनी कमावली.
डझनावारी अनुभव घेऊन
अकलेची तिजोरी त्यांनी भरली.
तरी सुध्दा आहे त्यांच्या
अकलेची तिजोरी रिकामी.
कारण कधीकधी ठरत असते

त्यांची अक्कल कुचकामी.
म्हणून अकलेचे खाते उघडून,
त्यांनी लढवली एक शक्कल.
आणि अजूनही टाकत असतात,
अकल खाते अक्कल.

कविता ३५

बाभळीचे वन

बाभळीच इवलस रोपट,
हळूहळू होते विकसित.
कालांतराने होत ते,
विशाल वृक्षात रूपांतरित.
फुलतात त्यांवर असंख्य
फळ, फुल, आणि कांटे.
विशाल वृक्षावर फुटतात
कित्येक फांद्या आणि फाटे.
फाळातून पुन्हा पुन्हा पडते
जमीनीवर बीज.
त्यातूनच पूढे होते
नविन पिढीची तजविज.
जमीनीवर बी पडून त्याचे
होत जाते अंकुरण.
आणि मग तयार होते

त्यातून बाभळीचे वन.
चौफेर होतात काटेंच काटें
वाटा होतात अवरूध्द.
आणि काट्यांतच गुरफटून
मार्ग होऊन जातो बध्द.

कविता ३६

कुऱ्हाड आणि दांडा

कुऱ्हाडीचा दांडा
ठरतो गोतास काळ.
आपलेच जेव्हा होतात वैरी
तेव्हा घ्यावा कुणावर आळ.
कुऱ्हाडीच वृक्षा सोबत
काहीच नसत नात.
पण दांडा अन वृक्षाच
एकच असत गोत.
जेव्हा दांडा आणि कुऱ्हाडीच
एकत्र होत बळ.
त्यातूनच होते पहा
वृक्षावल्लीची कत्तल.
पण दोष नसते त्यात
कुऱ्हाड अन दांड्याचा.
खरा दोष असतो त्यात

वापरणाऱ्या हातांचा.
कुऱ्हाड अन दांडा हे
असतात फक्त साधन
कुशलतेने वापरुन त्यांना
करवल्या जाते पतन

कविता ३७

बिभिषन

रामायनातला बिभिषन झाला अजर अमर.
रामाला केली मदत म्हणून मिळाला त्याला वर.
अभेद्य लंका भेदून करवला दानवांचा संहार,
त्रैलोक्यविजयी रावणाचा संपवला त्याने अवतार.
इंद्रविजयी मेघनाद अन महावीर कुंभकर्ण.
शक्तीचे प्रतिक पातालचे अहिमही रावण.
दशाननाचे कित्येक पुत्र महावीर बलवान.
प्रत्येकाचे झाले समरांगनी कसे पतन.
शक्तीत नव्हते कुणीच कमी.
सर्व होते महाबलवान पराक्रमी.
सर्वाचे झाले समरांगणी पतन.
कारण त्यांच्या जवळ होता विभिषण.
सांगूनी प्रत्येकाचे भेद करवला त्यांचा संहार.
करूनी कुळाचे पतन विभिषण झाला अमर.
सावधान अश्या विभिषणा पासून.
अन्यथा होईल तुमचे सुध्दा पतन.

कविता ३८

अस्तिनीतले निखारे

घराला लागते आग घराच्याच दिव्याने.
विषारी दंश होतो अस्तिनीतल्या नागाने.
आपलेच हात पोळतात अस्तिनीतले निखारे.
घराचा भेद होतो घरभेद्या व्दारे.
म्हणून सावधान!
झटकून घ्या तुमच्या अस्तनी.
नाग तर लपलेले नाहीत.
तपासून घ्या अस्तनी.
निखारे तर पेटले नाहीत.
दिव्याची सुध्दा तपासून पाहा वात.
अन्यथा होईल तुमच्या आयुष्याची वाताहात.

कविता ३९

मुठमाती

दिली मी मूठमाती माझ्यातला मानवाला.
दानव बनूनी जगावस वाटतय आज मला.
सत्याचा होणारा अपमान पाहून,
विटले आता मन.
देवा घरचा उशीर पाहून,
खचले आता मन.
आदर्शाची पायमल्ली पाहून,
फुलला मनात अंगार.
नैतिकतेचा ऱ्हास पाहून होतो,
जळफळाट फार.
म्हणून आदर्श नैतिकतेला
दिली मी मूठमाती.
आणि सत्य सदाचाराला
टांगले मी वेशीवरती.

कविता ४०

बी

एक बी किती लहान.
त्याग त्याचा किती महान.
देतो तो स्वत: चे बलिदान.
करतो अगणित निर्माण.
स्वत: होतो तो मातीत दफन.
ओढूनी घेतो मातीचे कफन.
घेतो तो समाधी जिवंत.
आणि होतो स्वत: मृत.
इतरांना देण्या जीवन .
स्वत: करतो प्राण अर्पण.
त्यागाची त्याची ही महिमा.
याला नाही दुजी उपमा.

◆◆◆

कविता ४१

अश्रृ

अश्रृंना असते भाषा मूक.
नेहमी वाहतात ते आपसूक.
होतो जेव्हा दु:खाचा अतिरेक.
नयनी दाटूनी येती एकाएक.
येता सुखाचा मोहक क्षण.
अश्रृंनी दाटून येती नयन.
प्रेमात मिळे त्यांना मोकळी वाट.
विरहात पडता वाहे यांचा पाट.
येता कुणाची मनी आठवन.
साश्रृ होती नेहमी लोचन.
असो दु:ख वा असो सुख.
नयनी वाहती अश्रृ आपसूक.
असो विरह वा असो प्रेम.
नयनी उपस्थिती यांची ठाम.

असो माया ममतेचा घट.
भरती नयन नेहमी काठोकाठ.
असा अश्रूचा ठेवा आहे अनमोल.
वाहवू नका यांना कधी बेमोल.

कविता ४२

व्यवहारिकता

खूप खाल्ल्या ठोकरा पण,
नाही शिकलो व्यवहारिकता.
जीवन जगण्यास्तव असते,
तिची खूपच आवश्यकता.
व्यवहारिकते विना माझी,
खूपच होते कुचंबणा.
बाणली असती व्यवहारिकता,
तर झाली नसती दैना.
आदर्श आणि व्यवहारिकता
दोहोत आहे खूप फरक.
व्यवहारिकता ठरते तारक
तर आदर्श ठरतो मारक.
व्यवहारिकतेचा केला जर अवलंब
तर आणता येते धन संपन्नता.
तर आदर्शाचा अवलंब करून
येत असते विपन्नता.

केला जर आदर्शाचा अट्टाहास.
तर होईल तुमचा परिहास.
म्हणून बाणवा अंगात व्यवहारिकता,
तरच प्राप्त होईल तुम्हाला संपन्नता.

कविता ४३

स्त्री

स्त्रीची आहेत रूप अनेक.
माता, भगिनी, भार्या अन लेक.
मंदिरात बसवून केल तिला पूज्य.
पण नेहमीच समजतो तिला भोग्य.
जिच्या पोटी घेतो आपण जन्म.
तिलाच आपण छळतो आजन्म.
भगिनी म्हणून वाचवतो तिची अब्रु.
पण तिचीच टांगतो वेशिवर अब्रु.
भार्या म्हणून जिच आजीवन करतो पालन.
पण धनाच्या हव्यासा पाई तिचच करतो दहन.
कन्या म्हणून तिच्यावर करतो माया अपार.
पण तिच्यावरच ठेवतो नजरा विखार.
केव्हढा हा विपर्यास.
केव्हढा हा उपहास.

कविता ४४

सत्याचा मार्ग

सत्याचा मार्ग एव्हढा का खडतर.
हवा होता थोडा सुगम सुकर.
कुणी म्हणती याला
तलवार दुधारी.
तर कुणाच्या मते
तारेवरची कसरत भारी.
खूप आहेत या मार्गी
अडचणीचे डोंगर.
पार करावे लागतात
संकटाचे अबंर.
यात असते बदनामी
आणि अपयशाची भीती.
चालतांना होत असते
यावर नैतिकतेची माती.
या मार्गावर होत असते
आदर्शाचे खच्चीकरण.
कित्येकांची होत असते
त्यातूनच घसरण.
कुणी जर केला यावर

चालण्याचा अट्टहास.
तर उडवल्या जातो समाजात
त्याचाच परिहास.
म्हणून कित्येक होतात
असत्त्या कडे आकर्षित.
त्यामूळे सत्त्य होत असते
कायमच दुर्लक्षित.
कारण प्रत्येकाला हवी असते
आयुष्यात सुगमता.
म्हणूनच सत्यच्या मार्गातून
होत असते प्रत्येकाची विमुखता.
जर असता सत्त्याचा मार्ग
थोडा सुकर सुगम
तर चालले असते त्यावर कित्येक जन ठाम.

कविता ४५

अकलेचे दुकान

अनुभवाची त्यांच्या जवळ
नव्हती काही कमी.
आपल्या पूर्णत्वाची त्यांना
होती पूर्ण हमी.
कारण आपल्या अकलेवर
त्यांना होता मोठा गुमान.
म्हणून ते समजत होते
स्वत:ला अकलेची खदान.
एक दिवस त्यांचा डोक्यात
आला एक विचार.
अकलेचे दुकान करावे
एक साकार.
विचारावर केली त्यांनी
तत्काळ अमलबजावनी.
आणि दुकानाची केली
त्यानी त्वरित उभारणी.
दुकानावर लावला त्यांनी
एक फलक.
येथे अनुभव मिळतील

सर्वच दरात माफक.
बरेच दिवस दुकानात
मारली त्यांनी झक.
पण दुकानात फटकला
नाही एक सुध्दा ग्राहक.
बसून बसून दुकानात
ते झाले पूर्ण बेजार.
पण फटकेना कुणी
अकलेचा खरिददार.
अनुभव खपवून त्यांना
व्हायच होत मालामाल.
पण खपेना अनुभव म्हणून
होत होते कंगाल.
चूक शोधण्यासाठी त्यांनी
लावली आपली अक्कल कामी.
पण इथे सुध्दा ठरत
होती त्यांची अक्कल कुचकामी.
खुप त्यांनी दवडवले
आपल्या अकलेचे घोडे.
तेव्हा कुठे सुटले
त्यांना ते कोडे.
अयता अनुभव हा
कुणालाच हवा नसतो.
स्वानुभवावरच माणूस
जीवन जगत असतो.
अकलेचे तत्काळ बंद

केले त्यांनी दुकान.
भंडारात सामील करुन
पून्हा एक अनुभव किमान.
पण जित्याची खोड
मेल्या शिवाय जात नाही.
आपला अनुभव सांगण्याची
लागली त्यांना घाई.

कविता ४६

धैर्य

धैर्य आहे अस एक अमृत.
त्यापासून मिळते जगण्याची प्रेरणा.
धैर्या पासूनच मिळत असते,
आपल्या जीवनात चालना.
धैर्या मूळेच बनतो आपण
कठीण समयी स्थितप्रज्ञ.
धैर्यच बनवते आपल्याला
जीवनात पूर्णपणे सुज्ञ.
पण धैर्य राखण्यासाठी लागत
असते असिमित धैर्य.
प्रत्येकात नसते असे
धैर्य राखण्याचे शौर्य.
धैर्य जागवते आपल्यात
कठीण समयी आत्मविश्वास.
धैर्या अभावी होत असतो

आपल्या विश्वासाचा ऱ्हास.
म्हणून प्रयत्न पूर्वक करावे
आपल्यात धैर्य साकार.
तेव्हाच होईल आपला
संकटातून उध्दार.

कविता ४७

शून्य

शून्यातून झाली आहे
विश्वाची निर्मीती.
आणि शून्या भोवतीच
फिरत आहे त्याची गती.
शून्यातच लय आणि
शून्यातूनच निर्मिती.
प्रत्येक गोष्टीची हीच
ठरलेली आहे गती.
प्रत्येक घटना ही
शून्यातूनच उद्भतेवते.
नव्हे तिच मूळ हे
शून्यातच असते.
शून्यातच आपन नेहमी
होत असतो केंद्रित.
शून्यातूनच होत असतो

आपन नेहमी विचलित.
सा-या सृष्टीच मूळ
आहे पूर्णपणे शून्य.
शून्या शिवाय अंती
ऊरत नाही काही अन्य.

कविता ४८

मानव

गुणावगुणांचा मानव आहे असा विचित्र पुतळा.
निसर्गाचा आहे हा अविष्कार आगळा वेगळा.
कधी होते मानवात महान गुणांचे दर्शन.
तर कधी होते त्याचे अवगुणा मूळे पतन.
गुणावगुणाचा हा विचित्र आहे संयोग.
ब्रम्हांडी दिसणार नाही असा विचित्र योगायोग.
कधी उत्तम गुणांनी बनतो हा पूरुषोत्तम.
तर अवगुणांचा कळस गाठूनी बनतो हा अधमात अधम.
मानव आणि दानव आहेत एकाच नाण्याचे दोन पैलू,
ज्याचा झाला विकास तिच बाजू लागते खुलू.
जन्मत: मानव असतो एक कच्चा माठ.
संसाराच्या भट्टीत तापून मिळतात त्याला अनेक पाठ.
संगतीचाही होतो त्यावर तसाच पूर्ण परिणाम.
जशी ज्याची संगती तसेच मिळते त्याला नाम.
परिस्थिती सुध्दा ठरते याला कधी कधी कारणीभूत.
त्यातूनच निर्मित होतात अनेक पूत आणि कपूत.
जसा ज्याला मिळतो येथे जीवनात धडा.
तसा त्यावर होत असतो संस्काराचा पगडा.
मनातच असते मानवाच्या दानव मानवाची वस्ती.

ज्याला मिळते चालना त्याचे होते प्रभुत्व मनावरती.
प्रारब्धाचा सुध्दा असतो त्यात काही योगायोग
म्हणून त्याचे सुध्दा भोगावे लागतात काही भोग.
पण मानव बनावे की दानव हे ज्याचे त्याने ठरवावे.
आणि त्या नुसार भोगासाठी स्वत: तत्पर असावे.

कविता ४९

गुणावगुण

विशाल वृक्षाची असते विशालच महती.
निसर्ग सेवेत असते त्याची निष्काम वृत्ती.
सहन करतो उन, वारा, अन् शित, पावसाचा तो प्रकोप.
पण त्यातून सुध्दा राहत असतो तो नेहमी निकोप.
रणरणत्या उन्हात देतो तो शितल छाया.
संतप्त जीवाला ठरते ती मातेसम माया.
निसर्गाचा सुध्दा ठेवतो तो पाहा कसा समतोल.
जीवन आपले सार्थक करतो देऊन जीवाचे मोल.
उभा राहून आजिवन तो भोगतो अपार कष्ट.
पडल्यावर देतो तो मानवाला काष्ठ.
बलिदानाचा हा त्याचा अपरंपार महिमा.
याला जगात नाही दुजी कोणती उपमा.
असा हा वृक्ष आहे महान गुणांची खान.
पण त्याच्यात सुध्दा आहे एक अवगुण लहान.
इतरासाठी देतो तो आपल्या जीवाची आहुती.
त्याच्या विशाल काया सम आहे विशाल ही महती.
पण आपल्यांना देत नाही तो आपल्या खाली थारा.
मिळत नाही त्याच्या खाली त्याच्या जातकूळांना आसरा.

इतरांसाठी बलिदान करणे हा महान आहे गुण.
पण आपल्यांना थारा न देणे हा आहे त्यापरी मोठा
अवगुण.
निसर्गाने केली आहे अशी प्रत्येकाची रचना.
गुणासह अवगुण देऊन केली आपल्याच कृतीची
अवहेलना.

कविता ५०

विकासाची गती

विकासाची गती ही
नेहमीच असते संथ.
संथ गतीनेच विकास
आपला क्रमित असतो पंथ.
रोपटयाचा वृक्ष व्हायला
लागतात कित्येक वर्ष.
तेव्हाच ते गाठत असते
उतुंग शिर्ष.
साधायचा असो लक्ष
अथवा गाठायचा असो शिखर.
टप्प्या टप्प्यानेच ते
करायचे असते सर.
टप्प्या टप्प्यानेच कोणतेही
धेय्य होत असते साध्य.
पण धेय्याला मात्र त्यात
बनवावे लागते आराध्य.
संथ गतीच्या विकासाचीच
असते मोठी बळकटी.

भरकन झालेल्या विकासांची
मात्र केव्हाही वळू शकते वळकटी.
विकासासाठी हव असते
असिमित धैर्य.
तरच त्याच चाखायला
मिळते अप्रतिम माधुर्य.

कविता ५१

दगाबाज

दगाबाजांची असते
एक क्रूर जात.
दगाबाजी भिनलेली
असते त्यांच्या रक्तात.
घाव घालण्यासाठी ते
नेहमी शोधत असततात वर्म.
नसतो त्यांच्या जवळ
कोणाताच दया आणि धर्म.
संधीच्या शोधासाठी
आणतात नेहमी खोटा आव.
मिळताच संधी ते
घालतात घावावर घाव.
घाव घालून नुसता
त्यांच भरत नाही मन.
हिरावून घेतात ते
आपलं तन मन धन.
त्यांच्या एका फटक्यात
आपण होतो नेस्तानाबूत.
कुणाकुणाच्या नशिबी तर

येत असतो ताबूत.
म्हणून दगाबाजा पासून
नेहमी राहायला हव दक्ष
अन्याथा व्हाव लागेल
तुम्हाला मृत्यूच भक्ष.

कविता ५२

भांडण

दोघांच्या भांडणाचा नेहमी
लाभ घेतो तिसरा.
भांडणाऱ्यांच्या हाती मात्र येत
असतो अंती कटोरा.
भांडणाने कुणाचाच होत
नाही फायदा.
नुकसानीचा त्यात मात्र
असतो हमखास वायदा.
भांडणाच नेहमी होत असते
हानीतच पर्यावसन.
हिरावल्या जाते त्यात
भांडणाऱ्यांच तन, मन आणि धन.
माहित असतो सर्वांनांच
भांडणाचा परिणाम.
तरी सुध्दा असतात

कित्येक भांडणासाठी ठाम.
म्हणून भांडणा पासून आपण
नेहमी राहावे परावृत्त.
तरच नावारुपाला येईल
आपले कर्तृत्व.

कविता ५३

निंदा

निंदकाचे घर असावे शेजारी.
निंदकाची निंदा देत असते उभारी.
निदंकाने जर का केली आपली निंदा.
तर त्याचे मानावे उपकार सदा सर्वदा.
निंदेने समजते आपली कमतरता.
कमतरता सुधरवून आणता येते तलरता.
निंदकाच्या निंदेला नका लेखू कमी.
त्यातच आहे तुमच्या सुखी जीवनाची हमी.
निंदक नेहमी शोधतो तुमच्यातली उणीव.
याचीच ठेवावी नेहमी तुम्ही जाणीव.
निंदा ऐकूण तुम्ही कधीच नका होऊ संतप्त.
तिच्या मूळेच करू शकता तुम्ही पूर्णत्व प्राप्त.
जर का केली कुणी तुमची आलोचना.
तर त्यातून घ्यावी तुम्ही नेहमी प्रेरणा.
जर साधायचा असेल तुम्हाला उत्कर्ष.
तर निंदेला स्विकारा तुम्ही सहर्ष.

कविता ५४

भूक

भूक sss भूक ss आणि भूक.
भूकेचे आहेत अनेक प्रकार.
भिन्न भिन्न रुपाने होते ती साकार.
कुणाला लागते भूक भाकरीची.
तर कुणाची भूक असते धनसंपत्तीची.
कुणाला भूक असते नाम्नेची.
तर कुणाला असते भूक वासनेची.
कुणी असतो भूकेला श्रेष्ठत्वाचा.
तर कुणी भूकेला असतो अध्यात्माचा.
कुणी असतो भूकेला ज्ञानाचा.
तर कुणी भूकेला दानाचा.
अश्या अनेक प्रकारच्या भूके भोवती.
मानवाच जीवन गुरफटलेला असत.
आणि त्यातच त्याच अस्तित्व संपत.
पण या सर्वात मोठी भूक भाकरीची.
ती भूक कधी न शमणारी असते.
आणि भाकरी शिवाय तिला पर्याय नसतो.
भाकरीच्या भूकेतच सर्व भूका

सामावल्या आहेत.
कारण ती जर शमली नाही तर,
तर मानवाच अस्तित्वच संपणार.
आणि त्यासह इतर भूकांच.
सुध्दा आपोआप शमण होणार.

कविता ५५

नियतीचा खेळ

नियती असते मोठी निष्ठूर.
आणि तिचा खेळ सुध्दा असतो तेव्हढाच क्रूर.
हातातोंडाशी आलेला घास ती
एका फटक्यात करते दूर.
आणि मानवाच जगन
करून टाकते भेसूर.
यशो शिखर टप्यात येता
तिचा बसतो अनाहूत धक्का.
अन अपयश्याच्या खाईत
आपला मुक्काम होतो पक्का.
नियतीच्याच अधीन असते
मानवाच पूर्ण जीवन.
मानवावर चालत असते
नियतीच पूर्णपणे संचालन.
मानव आहे नियतीच्या हाताचा

कळसूत्री पुतळा.
क्रूरतेने खेळते ती त्याच्याशी
न आणता कळवळा.
आगमनाची तिच्या लागत नाही चाहूल.
अनाहूत पणे पडते तिच आपल्या जीवनात पाऊल.

कविता ५६

चुक

भूत काळातल्या चुका
आणि भविष्याची चिंता.
यांच सारण जाळत असते
वर्तमानाची चिता.
भूत, भविष्य, आणि वर्तमान
यांची सांगड असते एकसूत्री.
त्यामूळेच मानवाच जीवन
बनत असते कळसूत्री.
वर्तमान असेल कठीण.
तर भविष्य होते दारूण.
भूत आणि भविष्याच्या
आठवणीने वर्तमान होतो करूण.
वर्तमानातली चुक घेते
भविष्यात आकार.
भूत काळात जाऊन तिच
निर्माण करते विकार.
पून्हा वर्तमानात येऊन
ती निर्माण करते व्यत्यय.
जीवन जगतांना तिचा नेहमी

प्रत्येकाला येत असतो प्रत्यय.
म्हणून वर्तमानात नेहमी
राहायला हव दक्ष.
तेव्हाच भविष्यात तुमच
चिंता मुक्त राहिल वक्ष.

कविता ५७

इच्छा आकांक्षा

इच्छा आकांक्षाचा असतो
नेहमी विहार उन्मुक्त.
भटकत असतात त्या
नेहमी मनसोक्त.
करून उन्मूक्त भटकंती
बसतात त्या मानगूटीवर.
करायला लावतात आपली
आपूर्ती नेहमी सत्वर.
नसतात त्यांना पाय
आणि नसतात पंख.
पण त्यांचा मात्र असतो
विखारी डंख.
त्यांच्या आहारी जाऊन
भोगावे लागते दु:ख.
पण त्यांच्या पासून
होता ही येत नाही विमुख.
त्यांचा होत असतो कधी
हृदयावर आघात.

तर कधी करतात त्या
कुणाच्या मनाचा घात.
म्हणून त्यांना कधीच
सोडू नका निरंकुश.
नेहमीच घालून ठेवावा
त्यांच्यावर अंकुश.

कविता ५८

अर्थ

अर्थाचा महिमा
आहे अपरंपार.
अर्थच आहे सर्वथा
मानवी जीवनाचा सार.
अर्थाविना मानवाच
जीवन होते निरस.
अर्थ जवळ असल
तर ठरते ते सरस.
मानव असला जरी
दुर्गुणांची खान.
पण अर्थ जवळ असल
तर ठरतो तो महान.
आणि असला जरी तो
किती ही सद्गुणी.
तरी अर्थहीनते मूळे
ठरतो तो दुर्गुणी.
कारण गुणावगुण ठरवण्याची
जी आहे कलियुगी रीत.
ती होत असते सर्वथा

अर्थामूळेच परिभाषित.
जो असतो समाजात
अधिकाधिक धनवान.
तो समजल्या जातो
महान गुणवान.
आणि ज्याच्या नशीबी
असते निर्धनता.
त्याची ठरवल्या जाते
कुचकामी गुणवत्ता.
म्हणून चालवण्या चरितार्थ
आवश्यक असतो अर्थ.
अर्थ जवळ असल तरच
जगन होत सार्थ.
अर्था शिवाय ठरत असते
पूर्ण जीवन व्यर्थ.
अर्थहीन जगन असते या जगी निरर्थ.

कविता ५९

संयम

नदीचे दोन काठ
आहेत तिचा संयम.
म्हणूनच तिचा प्रवाह
असतो अविरत कायम.
काठांच्या अभावी तिने
सोडली असती मर्यादा.
आणि ठरली असती ती
इतरांसाठी विपदा.
आपल्या विनाशकारी रूपाची
तिला आहे पूर्ण जाणीव.
म्हणून स्वत: होऊनी बंदिस्त
तिने भरून काढली उणीव.
बंदिस्त होऊनच ती
निर्माण करते ऊर्जा.
त्यातूनच भागत असतात
सृष्टीच्या पूर्ण गरजा.
बंधनाच्या अभावी तिची
विखुरली असती शक्ती.
आणि नष्ट झाली असती

तिची जगातून महती.
म्हणून नदीचा ठेवावा
आपन नेहमी समोर आदर्श.
तेव्हाच जीवनात साध्य
होईल आपला उत्कर्ष.
शक्तीला नेहमी आपल्या
घालून ठेवावे वेसन.
तरच होईल आपले
सार्थक जीवन.
कारण बंदिस्त शक्तीतच
होत असतो उर्जेचा संचय.
विखुरलेल्या शक्तीत होतो
नेहमी उर्जेचा अपव्यय.

◆◆◆

कविता ६०

दिव्या खालचा अंधार

दिव्याखाली असतो अंधार.
पण त्याचा शुध्द असतो मानस.
प्रकाश पसरवून अंधारात त्याला
नष्ट करायचा असतो तामस.
स्वत: होतो तो प्रदिप्त
अन् प्रकाशित करतो आसमंत.
तिमिरात होऊनी स्वत: लुप्त.
इतरांना करतो तो प्रदिप्त.
असा असतो त्याचा
हा महान उद्देश.
त्यात नसतो त्याचा
काहीच दोष.
पण दुर्लक्षित करून
त्याची ही महिमा.
मानवाने तयार केली
ही स्वत:स्तव एक उपमा.

कविता ६१

शब्द

शब्दांची दुनिया अजब.
करती ते पूर्ण गजहब.
बनून ते शब्द सुमन.
सुखविती कसे मन.
शब्द बनून कांटे बोचरे
दुखविती कसे मन.
बनून शब्द मधुर.
निर्माण करती आनंदी सुर.
तर कधी बनून हलाहल.
पेटवती विशाल दावानल.
कधी शब्द बनती निखारा.
फुलविती मनी अंगारा.
कधी बनती शब्द बाण.
दुखविती स्वाभिमान.
तर कधी बनून स्तुती सुमन.
उंचावती सन्मान,

अशी शब्दांची अजब किमया.
जसा जादूचा पेटारा.
जो जानतो यांची माया.
तो ठरतो किमयागार खरा.

कविता ६२

कुत्रा आणि मानव

कुत्र्याची मानवाशी तुलना.
हा कुत्र्याचा आहे अपमान.
कुत्रा आहे एक इमानी प्राणी.
भाकरीशी ठेवतो इमान.
मानवाच्या नसानसात आहे बेइमानी.
उपकार कर्त्याशी होतो तो बेइमान.
कुत्र्यात असते कृतज्ञता
उपकाराची ठेवतो जान.
कुत्र्याचा स्वार्थ एव्हढाच.
की पोटा पुरती एक भाकरी.
पण मानवाचा स्वार्थ मोठा.
त्याला पडते जगाची दौलत अपूरी.

कविता ६३

ठेच

एखाद्याची ठेच ठरते,
इतरांसाठी शहाणपण.
पण असेही असतात काही महाभाग.
ज्यांना त्यातूनही होत नाही आकलन.
ठेचाळून ठेचाळून ते
होत असतात रक्तबंबाळ.
पून्हा पून्हा ठेचाळून
होत असतात घायाळ.
कारण रक्तात भिनलेली
असते त्यांच्या आदर्श अन नैतिकता.
तत्वाचीही असते
त्यांच्यात खूपच अधिकता.
आदर्श नैतिकतेची ते
करू शकत नाही धरसोड.
आणि तत्वाला घालू शकत नाही मुरड.
त्यांचा करू शकत नाही ते त्याग
म्हणून ठेचाळन हे
बनते त्यांच्या नशीबाचा भाग.
आग्रहित धरली जर तत्व,

आदर्श आणि नैतिकता.
तर बाणणार नाही
तुमच्यात कधी व्यवहारिकता.
व्यवहारिकतेसाठी बाजूला
ठेवावा लागतो आदर्श.
तरच जीवनात साध्य
करता येतो उत्कर्ष.
नैतिकतेचा सुध्दा
करावा लागतो त्याग.
तरच येतो नशीबात
सुख संपत्तीचा भाग.
तत्वानांही घालावी
लागते मुरड.
तरच टळू शकते
अपयशाची दरड.
आदर्श, नैतिकतेने माणूस
होत असतो लाचार.
तत्वानेही होते त्याच्या
लाचारीत भरमार.
पण काहींची झालेली
असते अशी जडन घडन.
तत्व, आदर्श, नैतिकतेच
करू शकत नाही हनन.
ठेचाळून ही सोडवत
नाही त्यांचा पिच्छा.
किंबहूना सोडण्याची

त्यांनाच होत नाही इच्छा.
कारण त्यांच झालेल
असते खोलवर रोपन.
इच्छा असून सुध्दा
करु शकत नाही त्यांचे हनन.
म्हणून ठेचाळन हेच बनून
जाते त्यांच प्राक्तन.
आणि ठेचाळत राहतात
ते आजीवन.

कविता ६४

पतंग आणि दोरा

पतंग आणि दोऱ्याचा
असतो एकमेकाला आधार.
सहाय्य करुन एकमेकाला ते
करतात मुक्त विहार.
पतंगाचा सुरू असतो
खूप उंच उंच संचार.
तेव्हा त्याच्या मनात येतो
मुक्तीचा विचार.
दोऱ्याचा नकोसा वाटतो
त्याला सहवास.
अधिकाधिक उंचीचा
लागतो त्याला ध्यास.
म्हणून दोऱ्याची वाटू
लागते त्याला अडचन.
आणि झुगारूण देतो
तो दोऱ्यांच बंधन.
मुक्त होऊनी स्वतःला
समजतो तो भाग्यवान.
पण पुढील संकटाचे

नसते त्याला भान.
दोरा विरहित पतंगाचा
सुरू होतो मुक्त विहार.
आनंदाला त्याच्या आता
उरत नाही पारावर.
पण आपल्या परिस्थितीची
त्याला तत्काळ होते जाणीव.
पण भरून काढू शकत
नाही तो ती उणीव.
भटंकती हेच आता त्याच
बनलेल असत प्राक्तन.
आणि त्यातच नष्ट होत
त्याच ते जीवन.
म्हणून जपून ठेवा
अंतरंगात आधाराची महती.
अन्यथा होऊ शकते पतंगासम गती.

◆◆◆

कविता ६५

माणुसकी चा शोध

शोधतोय मी माझ्यातल्या मानवाला.
हरवली माझ्यातली माणूसकी.
मानवाचा मुखवटा घालून मिरवणाऱ्या
दानवांच्या जगंलात शोधतोय.
मी माझ्यातली माणूसकी.
अपेक्षा होती बनण्याची मानव.
पण समाजाने बनवले मला दानव.
पण! पण आशेचा एक किरण मनात आहे.
ज्या अर्थी मी माझ्यातला मानव शोधत आहे.
त्या अर्थी तो मनातल्या कोप-यात
कुठे तरी जीवंत आहे.
आपल्या उध्दाराची वाट पाहत.

कविता ६६

स्नेहामृत

मृत मानवता करत आहे जीवनाची याचना,
स्नेहामृत पाजून द्या तीला नव चेतना.
धरा बनत आहे आज माणूसकीची स्मशान भूमी.
मानवता भोगत आहे येथे नरक यातना.
त्यागाची ज्योत पेटवून करू साकार रामराज्य.
बुध्दाचा उपदेश घेऊनी करू हिंसेला त्याज्य.
गीतेचे घेऊन ज्ञान करू जीवन माधुर्य प्रधान.
समर्पणाचा भाव घेऊनी करू भक्ती माधुर्य निर्माण.
ज्ञानाचा वसा घेऊनी करूया दुर अज्ञान.
मानवतेचे मर्म जाणूनी देऊ या मानवतेला जीवनदान.

कविता ६७

मानवतेची साद

ऐका मानवतेची साद.
पसरवू नका हो जातीवाद.
समजा मानवतेचे मर्म.
मानवता हाच एक धर्म.
विधात्याचा पाहा चमत्कार.
पशु पक्षात नाना प्रकार.
पण मानव केला एकमात्र साकार.
दिली त्याला समान काया.
विधात्याची ओळखा माया.
दिले त्याला बुध्दीचे वरदान.
करावया मानवता महान.
केली त्याने मानवात समानता.
पण मानवाने पसरवली विषमता.
घातला जाती धर्माचा घोळ.
पसरवले मानवा मानवात गरळ.
अन जो आहे मानव धर्म मूळ
त्याला दाखवले रसातळ.

कविता ६८

जडन घडन

होऊ देणार नाही मी,
माझे नैतिक पतन.
करणार नाही मी माझ्या,
आदर्शाला कधी दफन.
कारण झाली आहे
माझी तशी जडन घडन.
येऊ दे कितीही संकट किंवा
झाली जरी माझ्या आदर्शाची पायमल्ली.
तरी मनात माझ्या नीतिमत्तेची.
वाढत राहिल वृक्षवल्ली
झाला नाही जरी माझा उत्कर्ष.
सोडणार नाही मी माझा आदर्श.
नैतिकतेचा झाला जरी उपहास.
तरी मनी असणार माझ्या तिचाच ध्यास.

कविता ६९

हौतात्म्यांचा टाहो

एक दिवस स्वर्गात अवचित घडल.
झाडून साऱ्या शहीदांना आवतन धाडलं.
नवल करत शहीद सारे जमले.
आजच्या सभेचे निमित्त काय घडले.
मिशीला पीळ भरत चंद्रशेखर आले.
राजगुरु सुखदेव भगत सिंह आले.
सभेत आले जेव्हा सुभाषचंद्र.
खूपच व्याकूळ झाले तेव्हा देव इंद्र.
बाल हुतात्म्याचे जेव्हा सभेत झाले आगमन.
इंद्र देवांचे तेव्हा साश्रृ झाले नयन.
सभेत आले सावरकर नेहरू अन गांधी.
झाडून साऱ्या शहीदांची सभेत लागली वर्दी.
सर्वा समोर एकच प्रश्न चिन्ह होत.
सभेसाठी आज काय विशेष घडल होत.
पंचा सावरत महात्माजी उठून उभे राहीले.
आजच्या सभेचे कारण पूसते झाले.
इंद्रदेव आता जास्तच झाले होते गंभीर.
कस सांगाव त्यांना होत नव्हता धीर.
नेहरूजींनी सुध्दा त्यांना केला आग्रह.

तेव्हा इंद्रदेवांनी केला आपला धैर्य संग्रह.
तुम्ही आहात सर्व हुतात्मे पुण्यवान.
देशासाठी केले तुम्ही अर्पण आपले प्राण.
बलिदान आहे तुमचे अनन्य साधारण.
पण उरले नाही त्याचे आता कुणासही भूषण.
ज्यांना केल तुम्ही बहाल स्वातंत्र्य.
त्यांच्यात आता काही उरल नाही ताळतंत्र.
प्रत्येकाला लागली आहे सत्तेचीच ओढ.
म्हणून चालत आहे तिच्यासाठी चढाओढ.
चोहोकडे माजली आहे अराजकता.
नावालाही उरली नाही कुठे नैतिकता.
सर्वांसमोर आहे फक्त एकच आदर्श.
सत्ता मिळवून करावा स्वतःचा उत्कर्ष.
कुणाच्यात उरला नाही कुणाचा पायपोस.
सत्तेसाठी झाले आहेत सर्वच मदहोश.
सत्तेसाठी चालत आहे जातीचे राजकारण.
घातपात धडवल्या जातो विनाकारण.
तुमच्या हौतात्म्याची त्यांच्यात उरली नाही कृतज्ञता.
एक जात सर्वात भरली आहे कृतघ्नता.
एका पेक्षा एक त्यांचे कर्म झालेत हीन.
म्हणून आता झाले आहे तुमचे पूण्य क्षीण.
म्हणून आता तुम्हाला जाव लागेल नरकात.
जागा नाही उरली आता तुमच्यासाठी स्वर्गात.
कारण तुम्हीच केल होत त्याना स्वातंत्र्य बहाल.
पण करून टाकले त्यांनी देश आणि जनतेचे बेहाल.
कुळाचा उध्दार करतो जसा वारसदार.

तसाच केला आहे त्यांनी तुमचा उध्दार.
शहीदांची दशा ऐकूण झाली मोठी करूण.
कारण प्रसंगच होता तसा खूप मोठा दारुण.
सर्वांनी झुकवल्या खाली आपल्या माना.
उत्तराधिका-यांमूळे त्यांची झाली होती कुचंबणा.
विचारात पडले होते सारे हौतात्मे.
तळमळू लागले होते त्यांचे आत्मे.
स्वातंत्र्याची होती का त्यांना भूक.
की हीच त्यांची होती सर्वात मोठी चुक.
आपल्या कर्माची शहीदांना मिळावी का शिक्षा.
नका करू मित्र हो माझ्या या प्रश्नाची उपेक्षा.
ज्यांनी केले आपल्याला स्वातंत्र्य बहाल.
व्हावेत का त्यांचे नरकात हाल.
जरा करूया आपण यावर विचार.
कर्म करून चांगले त्यांचा करूया उध्दार.
करूण स्वरात फोडत आहेत हुतात्मे टाहो.
लक्षपूर्वक ऐका त्याला जरा लोकहो.
तपासून पाहा जरा आपले अंत:करण.
की तुम्ही सुध्दा ठेवले आहे त्याला तारण.

कविता ७०

परीक्षा की उपेक्षा

देवा तुला झाला तर नाहीना भरम.
की माझेच आहे फूटके करम.
एका मागून एक संकटांनी
झालोय मी बेजार.
पण संकटाचा पुरवठा
होत आहे लगातार.
आता पर्यंत समजत होतो
की तू घेत आहे परीक्षा.
पण वाटायला लागल आता की
तू करतोय माझी उपेक्षा.
वाटत होत संकटांचे डोंगर उभे
करून तू करतोय माझी अजमावनी.
पण त्या मूळेच आता माझी
दशा झाली केविलवाणी.
समजत होतो टाकीचे घाव घालून
तू घडवत आहे एक मुर्ती.
पण जीव घेणी ठरत
आहे तुझी ती कृती.
दाखवू नको देवा तू

आता एव्हढे कौर्य.
संपत आले आहे आता
माझ्यातले धैर्य.
घेऊ नको देवा तू आता
एव्हढी कठीण परीक्षा.
अन्यथा होईल आता मजकडून
तुझीच उपेक्षा.

कविता ७१

कर्माची गुतंवणूक

जमीनीत जस पेरल्या जाते बीज.
त्यानुसार होते त्याच्या फळाची तजवीज.
कर्माची सुध्दा आहे अशीच काहीसी गती.
जसे असतात कर्म तशीच होते फलोत्पत्ती.
कर्मफलाच होत असते संचयन.
आणि कालांतराने होते ते प्रदान.
एक मात्र आहे कर्मात सत्य प्रस्थापित.
वाढीव रूपात प्राप्त होते त्याच फल संभावित.
म्हणून कर्म करतांना असायला हव सावधान.
सारासार विवेक ठेवून करावे योग्य कर्म प्रावधान.
त्यात असावा भाव शुध्द आणि सात्त्विक.
कारण तिच असते त्यातली महत्वपूर्ण गुतंवणूक.
शुध्द आणि सात्त्विक असली जर भावना.
त्यानुसारच होत असते कर्मफलाची धारणा.

कर्म जर असले निषिध्द आणि अमंगळ.
तर त्याचे तसेच मिळते वाढीवरूपात फळ.
कर्मरूपाने करतो आपण गुंतवणूक आजीवन.
आणि त्याचेच फळ भोगण्या जडत असते भवबंधन.

कविता ७२

ईर्षा

मानवात असते जन्मतः
ईर्षा आसूये चे स्थान.
परिस्थितीनुसार होतात त्या
मनात कमी अधिक निर्माण.
कुणी जर का असला
जन्मजात तालेवार.
तर त्याची ईर्षा
करणाऱ्यांची असते भरमार.
एखाद्याला साध्य होते
यशस्वी जीवनाची किमया.
तर त्याच्या प्रतिही होते
निर्माण ईर्षा आसूया.
पण ईर्षा करून साध्य
होत नाही काही हित.
ईर्षा करणाऱ्याचीच होत
असते हानी अपरिमित.
इर्षा करणा-यांचे वाया
जात असते बळ.
आणि वेळ सुध्दा त्यात

जात असतो वायफळ.
म्हणून इर्षा आसूयेत वाया
घालवण्यापरी आपली शक्ती.
स्वउत्थानास्तव करावी
तिची काही युक्ती.

कविता ७३

मंथन

मनाच्या समुद्रात उठती विचारांच्या लाटा.
गतानुभवाचाच असतो त्या विचारात मोठा वाटा.
जीवनाच्या वाटेवर घडतात अनेक घटना आणि प्रसंग.
त्यानुरूपच विचारांचा जडतो मनाला व्यासंग.
जीवनाच्या वाटेवर भेटतात माणस सज्जन आणि
दुर्जन.
त्यानुरूपच होतात मनात विचार उत्पन्न.
जीवनाच्या वाटेवर येत असते बरिवाईट परिस्थिती.
त्यानुसार होत असते मनात विचारांची उत्पत्ती.
घटना, स्थिती आणि व्यक्ती असतात विचारांना
जबाबदार.
त्यानुसारच मनात होत असतात विचार साकार.
वर्षानुवर्ष मनात जमा होत असतो विचारांचा कचरा.
म्हणून वेळोवेळी करायला हवा त्यांचा निचरा.
अन्यथा जीवन जगन होऊन हाते असह्य.
म्हणून विचार मंथन करून जगन कराव सुसह्य.
मंथनासाठी वापरावी बुध्दीरूपी मथनी.
आणि बुध्दीच्या कसोटीवर पारखून करत जावी
विचारांची छटनी.

मंथन करतांना निघत असतो प्रथम मळ.
पण घाबरू नका ते तर आहे मनात साचलेल गरळ.
गरळरूपाने निघत जातो मनात साचलेला कचरा.
आणि हळूहळू होत जातो वाईट विचारांचा निचरा.
जेव्हा निघून जाते मनात साचलेल हलाहल.
तेव्हा उत्पन्न होतो जीवनात सकारात्मक कल.
मंथनाने उत्पन्न होते मनात शांती आणि समाधान.
जगतांना होत नाही विचारांचे व्यवधान.
मनातून निघून जातो जेव्हा अशांतीचा सुंभ.
तोच आहे मंथनाचा साररूपी अमृत कुंभ.